ஆதியிலே
நகரமும் நானு
இருந்தோம்

ஆதியிலே
நகரமும் நானும்
இருந்தோம்

பா. ராகவன்

Title : ADIYILE NAGARAMUM NAANUM IRUNDHOM
Author's name: PA. RAGHAVAN

Published By : Ezutthu Prachuram

Ezutthu Prachuram
(An imprint of Zero Degree Publishing)
No. 55(7), R Block, 6th Avenue,
Anna Nagar West,
Chennai - 600040
Ph: 9840065000

e mail : zerodegreepublishing@gmail.com
website : www. zerodegreepublishing.com
Printed at Manipal Technologies, India.

First Edition by Ezutthu Prachuram: February 2021
ISBN : 978-81-949735-0-8
EP Title : 166

Cover Art : Rajan PR
Typeset: Vidhya Velayudham

சமர்ப்பணம்

சென்னையில் என் முதல் நண்பன்
ஆர். வெங்கடேஷுக்கு

பொருளடக்கம்

முன்னுரை

ஓர் ஆண்டு, உலகம் முழுவதையும் வீட்டுக்குள் அடங்கியிருக்க வைக்கும் என்று யாரும் எண்ணிப் பார்த்திருக்க முடியாது. 2020 ஜனவரி முதல் தேதி உலக மக்கள் எவ்வளவு நம்பிக்கையும் மகிழ்ச்சியுமாகப் புத்தாண்டு வாழ்த்து பரிமாறிக்கொண்டிருப்பார்கள் என்று எண்ணிப் பார்க்கிறேன். அதற்கு முன்பே கொரோனா வைரஸ் சீனத்தில் பிறந்துவிட்டது என்றாலும் தகவல் பெரிதாக வெளியே வரவில்லை. புத்தாண்டுக் கொண்டாட்டங்கள் முடிந்து மெதுவாக மாத இறுதியில்தான் மெல்லமெல்லவிவரம்தெரியத்தொடங்கியது.கண்மூடித்திறக்கும் நேரத்தில் இத்தாலியில், ஸ்பெயினில், அமெரிக்காவில் ஏராளமான நோய்த் தொற்றுகள் கண்டறியப்பட்டன. எதிலும் எல்லோருக்கும் மேலே நிற்கவே எப்போதும் விரும்பும் அமெரிக்கா இதிலும் அனைவரையும் விஞ்சி மேலேறிச் சென்றது. இந்தியாவில் இக்கிருமித் தாக்கம் ஆரம்பத்தில் குறைவாகவே இருந்தது. நாடு தழுவிய ஊரடங்கு அறிவிப்புகளின் தொடர்ச்சியாக இது மேலும் கட்டுப்படும் என்று எதிர்பார்க்கப்பட்டு, அது இல்லை என்று ஆனதுதான் பெரும் சோகம். இதனை எழுதிக்கொண்டிருக்கும் இக்கணத்தில் (ஜூன் 6, 2020 - மாலை 5.59) தேசம் முழுவதிலுமாக 2,36,657 உறுதி செய்யப்பட்ட தொற்றாளர்களும், தமிழகத்தில்

மட்டும் 28,694 தொற்றாளர்களும் இருப்பதாக ஆரோக்கிய சேது செயலி சொல்கிறது.

கிருமியின் தாக்கத்தால் விளையும் மரணங்களைக் காட்டிலும் அது குறித்த எண்ணங்களும் அச்சமும் தருகிற மனச் சோர்வு கொடூரமானது என்பதை இந்நாள்களில் அனுபவபூர்வமாக அறிந்தேன். வாழ்வில் முன்னெப்போதும் அடைந்திராத அளவு மனச்சோர்வு கடந்த மூன்று மாதங்களில் அடிக்கடி ஏற்பட்டது. ஒருமுறை இறந்துவிடுவது அதைவிடப் பெரிய அவலமல்ல என்று திரும்பத் திரும்ப நினைத்தேன். இச்சோர்வில் இருந்து விடுபடுவதற்காக மட்டுமே இந்தப் புத்தகத்தை எழுதினேன்.

சென்னை நகரம், நான் பிறந்து வளர்ந்து, வாழும் இடம். சென்னையைத் தவிர இன்னோர் இடத்தில் என்னால் ஒரு சில தினங்களுக்குமேல் இருக்க முடியுமா என்று எப்போது வெளியூர் போனாலும் சந்தேகம் வரும். இந்நகரின் சத்தம் பாதுகாப்பு உணர்வைத் தருகிறது. இதன் அசுத்தமும் ஒழுங்கீனங்களும் அவசரமும் என் இயல்புக்குப் பெரிதும் பொருந்துகிறது. நான் சென்னையை விரும்புபவன். சென்னைக்காரன்.

இதனாலேயே இந்நகரம் நோய்த் தொற்று அச்சம் காரணமாக வேறொரு முகம் எடுத்தபோது அதை வியப்புடன் கூர்ந்து நோக்கினேன். பிழைக்க வந்த ஒவ்வொருவரும் இந்நகரத்தை விட்டு வெளியேறிவிட எப்படித் துடித்தார்கள் என்பதை நெருக்கமாகப் பார்த்தேன். ஒரு வாய்ப்புக் கிடைத்தபோது உயிரைக் கூட மதிக்காமல் முட்டி மோதிச் சென்று பேருந்துகளில் சொருகிக்கொண்ட காட்சிகளை என்றும் மறக்கமாட்டேன்.

ஏனெனில், நான் தப்பிச் செல்ல முடியாதவன். தப்பிச் செல்ல எனக்கு இடம் ஏதுமில்லை. இருந்தாலும் இல்லாது போனாலும் அது இந்நகரத்தில்தான். எனவே, நகரம் எனக்கு மகிழ்ச்சியான நினைவுகளைப் பரிசாகக் கொடுத்த தருணங்களை மட்டும் நினைவில் கோத்துப் பார்ப்பது இந்த நேரத்தில் சிறிது ஆறுதலாக இருக்கும் என்று தோன்றியது. 'ஆதியிலே நகரமும் நானும் இருந்தோம்' அப்படித்தான் பிறந்தது.

இதனை தினமொரு அத்தியாயமாக முப்பது நாள்களுக்கு என் இணையத்தளத்தில் எழுதினேன். வாசக நண்பர்கள் அளித்த

உற்சாகமும் வரவேற்பும் மகிழ்ச்சியளித்தது. ஒவ்வொரு அத்தியாயத்தின்போதும் ஒரு சிலராவது தமது இளமைக்கால நினைவு தூண்டப்பெற்று அதனை விரித்துப் பார்த்து நான்கு வரியேனும் எழுதியதைக் கண்டேன். ஒவ்வொருவர் வாழ்வும் ஒவ்வொரு விதம் என்றாலும் இந்நகரம் வஞ்சனையின்றி அனைவருக்கும் ஒரே முகத்தைத்தான் காட்டியிருக்கிறது என்பது புரிந்தது.

இதனை எழுதி நிறைவு செய்தபோது ஊரடங்குத் தளர்வுகள் அறிவிக்கப்பட்டன. அனைத்துத் துறைகளும் வழக்கம் போல இயங்கஆரம்பிக்கலாம்என்றுசொன்னார்கள். கோயில்கள், வர்த்தக மையங்கள், திரையரங்குகள் அனைத்தும் திறக்கப்பட அனுமதி அளிக்கப்பட்டது. எல்லாம் இயல்பு நிலைக்குத் திரும்பிவிட்டது போல எண்ணிக்கொள்வது ஒரு பாவனை. ஆனால் வாழ்வே ஒரு பாவனைதானே? கிருமியுடன் வாழப் பழகிக்கொள்வோம் என்று இப்போது சொல்லத் தொடங்கியிருக்கிறது உலகம்.

இருத்தல் குறித்த அச்சமெல்லாம் சும்மா இருக்கும்போதுதான். எழுதிக் கொண்டிருக்கும்போது அப்படி ஒன்று எனக்கு இருப்பதில்லை. அதற்காகத்தான் இதனை எழுதினேன். அதற்காகத்தான் எப்போதும் எழுதிக்கொண்டிருக்கிறேன்.

இம்மாநகரில் என் முதல் நண்பனும் என்னை முழுதும் அறிந்தவனுமான ஆர். வெங்கடேஷுக்கு இதனை அன்புடன் சமர்ப்பணம் செய்கிறேன்.

பா. ராகவன்
ஜூன் 6, 2020

கிருமி கண்டவன்

நகரம் காலியாக இருக்கிறது. நடமாட்டம் இல்லை. வீட்டுக் கதவுகள் மூடப்பட்டிருக்கின்றன. கடைகள் அடைக்கப்பட்டு விட்டன. வாகனப் போக்குவரத்து வெகுவாகக் குறைந்துவிட்டது. எத்தகைய நெரிசலுக்கும் அசராமல் எல்லா சாலைகளிலும் ஊர்ந்து செல்லும் மாடுகள் எங்கே போயின என்று தெரியவில்லை. எப்போதும் தமக்குள் சண்டையிட்டுக்கொண்டு சீறிப் பாயும் எண்பத்தேழாயிரத்து நாநூற்று எண்பது நாய்களும் முடங்கிவிட்டன. பெட்டிக் கடைகள் இல்லை. போஸ்டர்கள் இல்லை. திரையரங்குகளின் வாசல்களில் பூட்டு தொங்குகிறது. தொண்ணூறுகளுக்குப்பிறகுபிறந்தவர்களின்தொழுகைத்தலமான மால்கள் மூடப்பட்டுவிட்டன. கோயில்களின் மணியோசைச் சத்தம் நின்றுவிட்டது. தேவாலயங்கள், மசூதிகள் அனைத்தும் யாரும் வரவேண்டாம் என்று அறிவித்துவிட்டன. பூங்காக்கள், கடற்கரை, உணவகங்கள், காப்பி விடுதிகள் அனைத்தும் இழுத்துப் பூட்டப்பட்டிருக்கின்றன. மனிதர்கள் எங்காவது சில வினாடிகள் தட்டுப்படுகிறார்கள். அவர்களில் தெரிந்தவர்களை அடையாளம் கண்டு புன்னகை செய்ய அவகாசம் இருப்பதில்லை. வெளிர் பச்சை நிற முகமூடிகளுடன் அவர்கள் நிற்க விரும்பாமல் அவசரமாக ஓடிவிடுகிறார்கள். உடனே வீதிகளும் சாலைகளும்

வாய் பிளந்து மல்லாக்கக் கிடக்கும் முதலைகளின் தோற்றத்தைப் பெற்றுவிடுகின்றன. ஒரு மெல்லிய அச்சக் கிருமி மட்டும் வெளியில் நிதானமாக மிதந்துகொண்டிருக்கிறது.

இந்த அனுபவம் மிகவும் புதிதாக இருக்கிறது. வினோதமாக, சிறிது வியப்பூட்டும் விதமாகவும். ஏனெனில் வீடுகளும் அலுவலகங்களும் பிற கூடலகங்களும் சலிக்கும்போதெல்லாம் இந்நகரவாசிகளுக்கு வீதிகள்தாம் ஆசுவாசம் அளித்து வந்திருக்கின்றன. அழகோ, நேர்த்தியோ இல்லாத, மரம் செடி கொடிகள் இல்லாத, ரசனையை கௌரவிக்கும் எந்த ஒரு அம்சமும் இல்லாத, மேடு பள்ளங்கள், சாக்கடைகள், அழுக்குகள், குப்பைகள் மண்டிய இந்நகரின் வீதிகளில் - அதன் ஆரவாரங்களில் கிடைக்கும் பேரமைதி வேறெங்கும் இருக்காது. வழிபாட்டிடங்களில்கூட. பூகம்பம், சுனாமி, புயல் வெள்ளக் காலங்களில், மலேரியா, டெங்கு, பறவைக் காய்ச்சல் காலங்களில், இந்திரா காந்தி, ராஜிவ் காந்தி படுகொலைகள் நிகழ்ந்த சமயத்தில், பல பெருந்தலைவர்களின் மரணத்தின்போது, எத்தனையோ கலவர நேரங்களில், எண்ணிலடங்காத இடர்களின் கோரத்தாண்டவத்தின் போதெல்லாம் வீடுகளல்ல; வீதிகளே எப்போதும் நிறைந்திருந்தன. வீடுகள் பொருள்களாலும் வீதிகள் முகங்களாலும் ஆன விசித்திர நகரம் இது. இடரோ, மகிழ்ச்சியோ. வெளிப்பாடு வீதியில்தான். அப்படித்தான் இருந்தது. ஆண்டாண்டு நூறாண்டுக் காலங்களாக. சட்டென்று எல்லாம் மாறிப் போய்விட்டது. ஒருநாள் அடையாள ஊரடங்கு. பிறகொரு நாள் அவகாசம். அதற்கும் மறுநாள் முதல், பதினைந்து நாள்களுக்குக் கட்டாய ஊரடங்கு. பிறகு அது ஒரு மாதமாக நீட்டிக்கப்படுகிறது. ஆனால் இது ஒரு கிருமிக்குப் பயந்து அவ்வளவு எளிதில் அடங்கிவிடக்கூடிய நகரமா? அடங்கிவிட்டது. சிறு முணுமுணுப்புகளுக்குக் கூட இடமின்றி அவரவர் வீடுகளில் புகுந்து கதவைத் தாழிட்டுக்கொண்டுவிட்டார்கள். ஊர் முக்கியம். உயிர் அனைத்திலும் முக்கியம்.

ஒரு புதிய கிருமி, சரித்திரத்தில் தனது மூதாதையர் தராத அச்சத்தையும் பீதியையும் மொத்தமாக அள்ளிக் கொண்டுவந்து நகரில் தெளித்துவிட்டது. நாடே தவிக்கும்போது ஒரு நகரம் வேறென்ன செய்யும் என்று கேட்காதீர்கள். இது அத்தனை எளிதில் அசைந்துகொடுக்கும் நகரமல்ல. கண்ணுக்குத் தெரியாத எருமைத்

தோல் ஒன்றைக் காலம் இதன்மீது போர்த்தியிருக்கிறது. கலங்கும் அளவுக்கு எதையும் அனுமதிக்காத, அப்படி ஏதும் வந்துவிட்டால் எளிதில் கலங்கிவிடாத ஒரு தன்மை இதன் மண்ணில் உள்ளது. அது இங்கு வந்து குடியேறியவர்களுக்குத் தெரியாது. எந்த ஒரு சிக்கல் என்றாலும் அவர்கள் உடனே தமது உணர்வுத் திரைச்சீலைகளைச் சுருட்டிக்கொண்டு ஊருக்குப் போய்விடுவார்கள். கண்ணீர் உற்பத்திக் கிணறுகள் மூடப்பட்டுவிடும். சுட்டெரிக்கும் வெயிலை, சகிக்க முடியாத வெக்கையை, அதிர்ச்சிகளை, அபாயங்களை, உக்கிரங்களை, உண்மைகளை, பொய்களை, நிறைவை, வெறுமையை எருமைத்தோல் தாங்கி நிற்கும்.

நல்லது. இது என்னுடைய நகரம். இந்நகரின் உரிமையாளர்களுள் நானும் ஒருவன் என்று சொல்லிக்கொள்வதுதான் நியாயம். ஏனோ எனக்கு வேறு விதமாக இதனைச் சொல்லத் தோன்றுகிறது. இந்நகரின் பங்குதாரர்களுள் என்னிடம் உள்ள பங்குகள் அதிகம். பிறந்தது முதல் மிக அதிக தினங்கள் நகரத்தை விட்டு நீங்காதவர்களுக்கே அதிகப் பங்கு என்று வைத்துக் கொள்வோமானால் நான் மேலே இருப்பேன். அநேகமாக முதலிடத்தில். இன்னொருவர் உரிமை கோரி சண்டைக்கு வரும்வரை இது அப்படியே இருக்கட்டும். வரும்போது அவர்களைப் போரிட்டு வெல்ல எனக்கு வழி தெரியும். கழிந்த அரை நூற்றாண்டுக் காலமாக இந்நகரம் சந்தித்த இடர்க் காலங்கள் அனைத்துக்கும் நான் இங்கே சாட்சியாக இருந்திருக்கிறேன். கண்ணைக் கட்டிவிட்டுச் சாலையில் உருட்டிவிட்டாலும் நகரத்தின் அத்தனை இண்டு இடுக்குகளையும் சுற்றி வந்துவிட என்னால் முடியும்.

சென்னையில் பிறந்தவன் என்பது இதற்குக் காரணமல்ல. வாழ்வில் இதுகாறும் செய்ய நேர்ந்த அத்தனை நற்செயல்களையும் துர்ச்செயல்களையும் இந்நகரத்தில் வைத்தேதான் செய்திருக்கிறேன். எனவே என்னைக் குறித்து எனக்குத் தெரிந்த அனைத்தும் இந்நகரத்துக்குத் தெரியும். ஒரு பெரு நகரம், ஒரு தனி மனிதனின் மனச்சாட்சியாகுமா என்றால் ஆகும். இன்றுவரை நான் நகரத்துக்குள்ளே எங்கே பயணம் மேற்கொண்டாலும் ஒவ்வொரு முறையும் ஏதோ ஒரு சந்து அல்லது சாலை அல்லது கட்டடம் அல்லது ஒரு குட்டிச் சுவராவது என்னை நிறுத்தி எதையாவது

நினைவுபடுத்தும். இந்நகரின் ஆதிவாசிகளுக்கு நகரமேதான் இல்லமாக இருந்து வந்திருக்கிறது. இல்லம் ஒரு ஒதுக்குப்புறம் மட்டுமே.

நான் சென்னையின் ஆதிவாசி. இந்த கான்கிரீட் கானகத்தின் இருளும் ஒளியும் நானறிந்தவை. இதன் நாற்றமும் நறுமணமுமே என் சுவாசமாக வெளி வருவது. இதன் கம்பீரம் என்னுடையது. இதன் விசாலம், இதன் அடர்த்தி, இந்நகரத்தின் சிக்கல்கள், தெளிவுகள், நேர்த்தி, ஒழுங்கின்மை, கனிவு, குரூரம் அனைத்தும் என்னுடையவை. நான் வேறு இது வேறல்ல. என் மண் என்று சொல்ல யோசனையாக இருக்கிறது. என் புழுதி என்று சொல்லலாம். உடலில் ஒட்டியதை உணர்ந்து எடுத்து எண்ணிப் பார்க்க இது ஒரு தருணம்.

நகரம் காலியாக இருக்கிறது. நகரத்தை அச்சம் போர்த்தியிருக்கிறது. போர்வைக்கு வெளியே என் கால்களை மட்டும் கழட்டி எடுத்து அலைய விடுகிறேன். ஒரு பிசாசைப் போலக் கண்ணுக்குத் தெரியாமல் அலைந்துகொண்டிருக்கும் கிருமிக்கு என் காலடித் தடம் தென்பட வாய்ப்பில்லை. அது ஒரு கிருமி என்றால் நான் பல கிருமி கண்ட சோழன்.

–

முள்

கண்ணுக்கெட்டும் தொலைவெங்கும் வேலிக்காத்தான் புதர்கள் மண்டியிருந்தன. வெளியூர்க்காரர்கள் இதனை சீமைக் கருவேலம் என்று சொல்லுவார்கள். நான் பிறப்பதற்கு சுமார் முப்பது ஆண்டுகளுக்கு முன்னர் ஆஸ்திரேலியாவில் இருந்து இறக்குமதி செய்யப்பட்ட தாவரம். ஆஸ்திரேலியாவில் இப்போது இது இருக்கிறதா என்று தெரியவில்லை. ஆனால் என் சிறு வயதுகளில் சென்னையின் பல பேட்டைகளை இந்த வேலிக்காத்தான் புதர்களின் அடர்த்தியைக் கொண்டே அடையாளம் காண்பேன்.

சைதாப்பேட்டையில் இருந்து அடையார் வழியாக நாவலூர் போகும் போது இடையில் மூன்று பெரும் வேலிக்காத்தான் காடுகளைக் கடக்க வேண்டியிருக்கும். முதலாவது, நீதி மன்றம் இருக்கும் இடத்தின் பின்புறம். (இன்றைய ஸ்ரீநகர் காலனி) அடுத்தது மத்திய தோல் ஆராய்ச்சிக் கழகத்தின் எதிர்ப்புறம். (இன்றைய தரமணி மெட்ரோ ஸ்டேஷன் தொடங்கி திருவான்மியூர் வரையிலான பிராந்தியம்.) மூன்றாவது, திருவான்மியூர் பலகை வாராவதியைத் தாண்டியதும் ஆரம்பிக்கும். நாவலூர் வரை நீளக்கூடிய காடு.) ஒவ்வொரு காட்டைக் கடந்ததும் ஒரு பேருந்து நிறுத்தம் வரும். மக்கள் இறங்கி புதர்களுக்கு நடுவே நுழைந்து மறைந்து போவார்கள். நாவலூருக்குப் பிறகு படூர் வரை இந்தக் காட்டின் அடர்த்தி மேலும் மிகுந்துவிடும்.

பயிர்களுக்கு வேலியாகவும் அடுப்பெரிக்க விறகாகவும் பயன்படும் என்று எண்ணிக் கொண்டு வரப்பட்ட தாவரம். விறகு அடுப்புகள் வழக்கொழிந்த பின்பும் வேலிக்காத்தான் புதர்கள் வாழ்ந்து கொண்டிருந்தன. மழை வேண்டாம். நீரூற்ற வேண்டாம். எருவிட வேண்டாம். எதுவும் செய்ய வேண்டாம். சும்மா விட்டால் போதும். அது தானே வளரும். ஒரு விதத்தில் சென்னை கண்ட முதல் கிருமி இதுதான். மக்களைக் கொல்லாமல் மண்ணைக் கொன்ற கிருமி. ஆனால் சென்னைக்கு வந்த எதுவும் வாழாதிருந்ததில்லை.

1985ம் ஆண்டின் தொடக்கத்தில் குரோம்பேட்டைக்கு நாங்கள் குடிவந்தபோது, பார்க்கும் இடமெல்லாம் இந்த வேலிக்காத்தான் புதர்கள் அடர்த்தியாக நிறைந்திருந்தன. ஒரு புதருக்கும் அடுத்த புதருக்கும் நடுவே ஒன்றரை அடி அல்லது இரண்டடி இடைவெளி மட்டுமே இருக்கும். இந்த இடைவெளியைத்தான் பாதை என்று சொல்வார்கள். சில இடங்களில் குறுகலான செம்மண் பாதையும் இருக்கும். நடுவே நிறைய சரளைக் கற்களைப் போட்டு நிரப்பியிருப்பார்கள். பல்லாவரம் அல்லது குரோம்பேட்டையில் இருந்து திருநீர்மலை செல்லும் பாதைகள் மட்டும் சற்று சுமாராக இருக்கும். அதில்கூடத் தார் கிடையாது. செம்மண்தான். ஆனாலும் நடக்க முடியும். மாட்டு வண்டிகள் போகும். பேரல் பேரலாகத தோல் கழிவுகளை ஏற்றிக்கொண்டு போகும் மாட்டு வண்டிகளின் நடுவே மூன்று சக்கர சைக்கிள்களில் சாராய கேன்களை எடுத்துப் போவார்கள். தோல் கழிவு வண்டிகள் சாராய வண்டிகளுக்குப் பாதுகாப்பு.

அந்நாளில் திருநீர்மலை, சாராயத்துக்குப் புகழ்பெற்ற ஊர். நீர்வண்ணப் பெருமாளோ, திருமங்கை ஆழ்வாரோ அங்கு இரண்டாம் பட்சம்தான். சாராயம் மட்டுமே மக்களை வாழவைத்துக்கொண்டிருந்தது. எங்கெங்கிருந்தோ மூட்டை மூட்டையாக வெல்லமும் தார் தாராக வாழைப்பழங்களும் கொத்துக் கொத்தாக திராட்சையும் கொண்டு வருவார்கள். கருவேலம்பட்டைக்கு எங்கும் அலைய வேண்டாம். அது பிராந்தியத்திலேயே நிறைய கிடைக்கும். அனைத்தையும் இடித்துப் போட்டு அடிப்படைக் கலவை தயார் செய்து அதன்மீது நன்கு புளித்த இட்லி மாவை ஊற்றிக் கலப்பார்கள். அருகே நின்று பார்த்தாலும் இக்கலவையின் பதம் அவ்வளவு எளிதில் புரியாது. அது வல்லுநர்கள் மட்டுமே அறிந்தது.

கலவை தயாரானதும் பாண்டங்களின்மீது துணி கட்டி, வேலிக்காத்தான் புதர்களின் நடுவே குழி தோண்டிப் புதைத்து விடுவார்கள். ஒவ்வொரு சாராய ஊறலும் குறைந்தது முப்பது நாள்களுக்குக் குழியில் இருக்க வேண்டும். நடு நடுவே நாலைந்து நாள்களுக்கு ஒருமுறை குழியைத் தோண்டி ஊறலைக் கிளறிவிடுவதைப் பார்த்திருக்கிறேன். முப்பது நாள் ஊறி முடித்த பிறகு, பாண்டம் வெளியே வரும். பிறகு கல் வைத்து அடுப்பு மூட்டி ஊறலை அதில் ஏற்றுவார்கள். கொதிக்கும்போது வரும் நீராவிதான் பிற்பாடு சாராயமாகிறது. அதை ட்யூப் வைத்துப் பானைகளில் பிடிப்பார்கள். இதனிடையே போதைக்காக பேட்டரி உடைத்துச் சேர்ப்பது, எத்தனால் கலப்பதெல்லாம் தனி.

எத்தனை உழைப்பு! எத்தனைப் பேர் உழைப்பு! கற்பனைகூடச் செய்ய முடியாது. ஊர் பஞ்சாயத்தார், காவல் துறை இரு தரப்புப் பாதுகாப்புடன் இந்தப் பணி நடக்கும். யாரும் ஒன்றும் செய்துவிட முடியாது.

குரோம்பேட்டைக்குக் குடிவந்த காலத்தில் திருநீர்மலை சாராயத் தயாரிப்பு உலகம் எனக்கு மிகுந்த வியப்பளித்தது. அடிக்கடி அங்கு போய் நின்று வேடிக்கை பார்ப்பேன். யாரும் ஒன்றும் சொல்ல மாட்டார்கள். உக்காந்து பாரு தம்பி என்று உருளைக் கல்லை நகர்த்திப் போட்டுவிட்டுப் போகிற முதலாளிகள் இருந்தார்கள்.

அப்போதெல்லாம் திருநீர்மலையை அடையும் வழியில் ஒரு வீடுகூடக் கிடையாது. சாலையின் இடப்புறம் நீளமாக ஏரி இருக்கும். வலப்புறம் முழுவதும் முட்புதர்கள்தான். மாட்டு வண்டிப் போக்குவரத்து, மூன்று சக்கர சைக்கிள் போக்குவரத்து எல்லாம் புதர்களின் ஊடேதான் நிகழும். தோல் கழிவுகளை அகற்றும் சிப்பந்திகளுக்கு சாராயத் தொழிலாளர்கள் உதவியாக இருப்பார்கள். சாராயத் தொழிலாளிகளுக்குத் தோல் கம்பெனி சிப்பந்திகள் உதவி செய்வார்கள். திருநீர்மலை சாராயம் வடக்கே சைதாப்பேட்டை, கிண்டி தொடங்கி தெற்கே செங்கல்பட்டு வரை பயணம் செய்யும். சிறிதோ, பெரிதோ, யாராவது வெள்ளை நிற கேனைக் கையில் கொண்டு போனாலே அது சாராயத்துக்குத்தான் என்பது பிராந்தியம் முழுவதும் பிரபலம்.

குரோம்பேட்டைக்கு நான் வந்து சேர்ந்தபோது ஒன்பதாம் வகுப்பு மாணவன். உலகத்தை அப்போதுதான் பார்க்கலாம் என்று எண்ணியிருந்தேன். காரணம், அதுவரை என் தந்தை தலைமை

ஆசிரியராகப் பணி புரிந்த பள்ளிக்கூடங்களில் மட்டுமே படித்துக் கொண்டிருந்தேன். குரோம்பேட்டைக்கு வந்தபோதுதான் அவருக்குப் பதவி உயர்வு கிடைத்து, தென்னாற்காடு மாவட்டக் கல்வி அதிகாரியாகப் போயிருந்தார். அவர் வீட்டிலும் பெரும்பாலும் தலைமை ஆசிரியரைப் போலவே இருந்ததால் அதுவரை நான் 'படிக்கிற பையனாக' மட்டுமே இருக்க வேண்டியிருந்தது. அவர் வெளியூர் போனபோதுதான் நான் முதல் முதலாக வீதிக்கு வந்தேன்.

எங்கள் வீட்டுக்கு இரண்டு வீதிகள் தள்ளி இருந்த ஒரு வீட்டில் அப்போது ஒரு ஆங்கிலோ இந்தியக் குடும்பம் குடியிருந்தது. ஏராளமான பெண்களும் சில ஆண்களும் ஒரு வயதான தம்பதியும் அந்த வீட்டில் இருந்தார்கள். என் வாழ்வில் குட்டைப் பாவாடை அணிந்த பெண்களை நான் பார்த்தது அதுவே முதல் முறை. வெளேரென்று இருந்த அந்த வீட்டுப் பெண்கள் அனைவருமே எனக்கு ஒரே பெண்ணின் பல பிரதிகளைப் போலத் தெரிந்தார்கள். அனைவருமே குட்டைப் பாவாடைதான் அணிந்திருந்தார்கள். தலையை வாரிப் பின்னாமல் பறக்கவிட்டுக்கொண்டு எப்போதும் இறகுப் பந்தாட்டம் ஆடிக்கொண்டிருந்த பெண்கள். அவர்களது பாட்டியாரான அந்த வயதான பெண்மணிதான் நைட்டி அணிந்து நான் பார்த்த முதல் பெண். அவர்கள் வீட்டுப் பக்கம் சும்மா போய் நின்றுகொண்டிருப்பது எனக்கு அப்போது மிகவும் உவப்பான செயல். அவர்கள் ஆங்கிலம் பேசும் அழகில் அப்படியே மயங்கிவிடுவேன். சாதாரணமாகப் பேசும்போது இருப்பதைவிட, கோபத்தில் ஒருவரையொருவர் திட்டிக்கொள்ளும்போது இன்னுமே கேட்க சங்கீதமாக இருக்கும். அதையும்விட எனக்கு அவர்களை மிக அதிகம் பிடித்துப் போனதற்குக் காரணம், அந்தப் பெண்களில் சிலர் சிகரெட் பிடிப்பவர்களாக இருந்தது. வார இறுதி தினங்களில், மாலை வேளைகளில் குடும்பம் மொத்தமாக வீட்டுக்கு வெளியே மரத்தடியில் கூடி அமர்ந்து திருநீர்மலை சாராயம் அருந்துவார்கள். இது உண்டாக்கிய கலாசார அதிர்ச்சி நெடுநாள் என்னைவிட்டு நீங்கவில்லை.

–

மெரிக்

அந்தக் குடும்பத்தின் தலைவரான கிழவர் ஐ.சி.எஃப் ரயில் பெட்டித் தொழிற்சாலையில் பணியாற்றி ஓய்வு பெற்றவர். அவரது தந்தையார் பிரிட்டிஷார் காலத்தில் தபால்/தந்தி துறையில் பணியாற்றியவர். அவருக்கும் முந்தைய தலைமுறைக்காரர் அயர்லாந்தில் இருந்து இங்கே ஊழியம் பார்க்க வந்த குடிமகன். முதல் தலைமுறைக்காரர் செகந்திராபாத்தில் வசித்து வந்த ஒரு பெண்ணைக் காதலித்துத் திருமணம் செய்துகொள்ளப் போக, அந்த ஆங்கிலோ இந்தியக் குடும்பம் அப்போது பிறந்தது. பல காலம் செகந்திராபாத்திலேயே வசித்துவிட்டு ஐம்பதுகளில் தமிழகத்துக்குக் குடி பெயர்ந்திருக்கிறார்கள். ஒன்றிரண்டு வருடங்கள் திருத்தணியிலும் பிறகு திருச்சி பொன்மலையிலும் இருந்துவிட்டு, சென்னைக்கு வந்தார்கள்.

அவருக்கு ஏழு பெண்கள், நான்கு பிள்ளைகள். மூத்த மகனுக்கு அப்போதே அறுபத்தைந்து வயது இருக்கும். கடைசி இரண்டு பேருக்கு மட்டும்தான் அப்போது திருமணம் ஆகியிருக்கவில்லை. மற்ற அனைவரும் மனைவி மக்களோடுதான் இருந்தார்கள். அதுவும் ஒரே வீட்டில். உத்தேசமாக, எண்பதுக்கு உட்பட்ட அனைத்து வயதுகளுக்கும் அந்த வீட்டில் மாதிரி உண்டு என்று

எப்போதும் எனக்குத் தோன்றும். அத்தனைப் பேர் ஒன்றாக வசிப்பதும் வார இறுதி மாலை வேளைகளில் வீட்டுக்கு வெளியே உள்ள மரத்தடி நிழலில் கூடிக் களிப்பதும் அந்தப் பக்கம் போகிற வருகிற பேட்டைவாசிகள் அனைவருக்கும் பொழுதுபோக்கு. எப்போதும் யாருடனும் பேச்சுக் கொடுக்காமல் அவர்கள் உலகத்தில் தனித்தே வாழ்ந்துகொண்டிருப்பவர்கள், அந்தச் சமயம் மட்டும் வெளியே யாராவது நின்று வேடிக்கை பார்த்துக் கொண்டிருப்பதைக் கண்டால், உள்ளே அழைப்பார்கள். அந்தக் கிழவர்தான் பெரும்பாலும் அழைப்பார். ஆனால் அவர் ஆங்கிலத்தில் மட்டுமே அழைப்பார் என்பதால் உள்ளே செல்ல அனைவருமே தயங்குவார்கள். குரோம்பேட்டையில் அப்போது ஆங்கிலம் தெரிந்தவர்கள் யாரும் இல்லை.

அந்த வீட்டில் சிலருக்குத் தமிழ் தெரியும். மிகவும் கொச்சையாகப் பேசுவார்கள். பெரும்பாலும் ரேஷன் கடைகளிலும் பெட்டிக் கடைகளிலும் அந்தத் தமிழைப் பிரயோகிப்பார்கள். அவர்கள் வளர்த்துக் கொண்டிருந்த ஒரு நாயைத் திட்டும்போது நாயே என்பார்கள். மற்றபடி ஆங்கிலம்தான்.

எனக்குத் தெரிந்து அந்தப் பெரியவரின் வாரிசுகள் யாரும் நல்ல உத்தியோகத்தில் இல்லை. மெக்கானிக்காக ஒருவன் இருந்தான். இன்னொரு பிள்ளை தோல் கம்பெனி டிரைவராக இருந்தான். அவரது மூத்த மகன் மட்டும் ஆலந்தூரில் ஒரு பல சரக்குக் கடை வைத்திருந்ததாகவும் பிறகு நஷ்டமடைந்து மூடிவிட்டதாகவும் சொன்னார்கள். கஷ்ட ஜீவனமாகத்தான் இருக்க வேண்டும். ஆனால் வெளியே தெரிந்ததில்லை. அந்த வீட்டுப் பெண் ஒருத்தி மளிகைக் கடையில் தினத்தந்தி பேப்பரில் சுற்றி பண்டிலாக சார்மினார் சிகரெட் பாக்கெட்டுகள் வாங்கிப் போவதைப் பார்த்திருக்கிறேன். குடும்பமாகப் புகைப்பதற்கெல்லாம் ஒரு கொடுப்பினை வேண்டும் என்று நினைத்துக்கொள்வேன். அவர்கள் குடும்பமாகக் குடிக்கவும் கூடியவர்கள் என்பதைக் கண்டபோது திகைத்துவிட்டேன்.

ஆனால் சாராயம்தான். மேற்கத்திய மதுவகைகள் ஏதும் கிடையாது. ஒவ்வொரு சனிக்கிழமை மாலையும் அந்த வீட்டின் ஆண் வாரிசு ஒருவர் ஐந்து லிட்டர் கேனை எடுத்துக்கொண்டு திருநீர்மலை சாலை நோக்கிச் செல்வார். (நாங்கள் அந்த கேனில் ரேஷன் மண்ணெண்ணெய் வாங்குவோம்.) அவர் வாங்கிக்கொண்டு

வருவதற்குள் அந்த வீட்டுக்கு வெளியே உள்ள பெரிய மாமரத்தின் அடியில் நாற்காலிகள் போடப்பட்டு நடுவே வட்ட வடிவில் ஒரு சிறு மேசை கொண்டு வந்து வைக்கப்பட்டிருக்கும். ஒரு குட்டைப் பாவாடைப் பெண் அந்த வட்ட மேசையின்மீது பூ வேலைப்பாடுகள் செய்த அழகிய விரிப்பொன்றைப் போடுவாள். இன்னொருத்தி சிகரெட் பாக்கெட்டுகளையும் தீப்பெட்டிகளையும் கொண்டு வந்து வைப்பாள். முழங்கால் வரை கவுன் அணிந்த அந்தக் குடும்பத்தின் மருமகள்கள் கொறிப்பதற்கும் உண்பதற்குமாகப் பதார்த்தங்கள் தயார் செய்து கொண்டு வருவார்கள். இருட்டத் தொடங்கியதும் வீட்டுக்குள் விளக்குகளை அணைத்துவிட்டு ஒரே ஒரு நாற்பது வாட்ஸ் விளக்கை மட்டும் வாசலில் எரியவிட்டு, குடிக்கத் தொடங்குவார்கள். சில சமயம் டேப் ரெக்கார்டரில் மேற்கத்திய இசையை ஒலிக்கவிட்டு நடனமும் ஆடுவார்கள். ஒரு ஆங்கிலோ இந்தியக் குடும்பத்தில் பிறக்காமல் போய்விட்டோமே என்று நான் ஏங்காத நாள் இல்லை.

பத்தாம் வகுப்பு முடித்துவிட்டு அந்நாளைய குல வழக்கப்படி டைப் ரைட்டிங் வகுப்புக்குப் போய் வரத் தொடங்கியபோது அந்த ஆங்கிலோ இந்தியக் குடும்பத்தின் கடைசி வாரிசு நான் படித்த இன்ஸ்டிட்யூட்டில் நடத்துனராகப் பணியாற்ற வந்தான். என்னை அவனுக்குத் தெரியும். பார்த்திருக்கிறான். எங்கே அவன் ஆங்கிலத்தில் பேசிவிடப் போகிறானோ என்று பயந்து, அவசர அவசரமாக என் பெயர் ராகவன் என்று தமிழில் சொன்னேன். 'தெரியும் மச்சி. தேவா சொல்லிக்கிரான். நீ அவங்கப்பன் சைடு ரிலேடிவ்தான?'

அந்த அழைப்பும் நகர நாட்டார் கொச்சையும் ஒரு மாதிரி இருந்தது. அப்படியான பிரயோகம் என்மீது அப்போதுதான் முதன்முதலில் நிகழ்த்தப்பட்டது. அதனாலென்ன. அவனுக்கு என்னைத் தெரிந்திருக்கிறது.

அவன் பெயர் மெரிக். சார் என்று அழைத்தபோது தன்னைப் பெயர் சொல்லியே கூப்பிடலாம் என்று சொன்னான். என்னிடம் மட்டுமின்றி, இன்ஸ்டிட்யூட்டில் அனைவரிடமும் அதைத்தான் சொன்னான். ஆனால் பத்தாம் வகுப்பு முடித்திருந்தவர்களான நாங்கள் யாரும் ஒரு போதகரைப் பெயர் சொல்லி அழைக்கத் தயாராக இல்லை. அவன் டைப் ரைட்டிங் மட்டுமல்லாமல் ஷார்ட் ஹேண்டும் அறிந்திருந்தான். இரண்டு வகுப்புகளையும் அவன்

லாகவமாக சமாளித்ததைக் கண்டு அவன்மீது எனக்கு மதிப்பு உண்டாகியிருந்தது. வகுப்பு இடைவேளைகளில் வெளியே சென்று சிகரெட் பிடித்துவிட்டு வருவான். அந்த சார்மினார் நாற்றம்தான் குமட்டல் எடுக்கச் செய்யும். மற்றபடி அவன் ஒரு அப்பழுக்கில்லாத போதகர். நானும் அவனை சார் என்றுதான் அழைத்தேன். தினசரி மாலை ஆறு மணி முதல் ஏழு மணி வரை நடக்கும் இறுதி அணியில் நான் இருந்தேன். வகுப்பு முடிந்து வீட்டுக்குப்போகும்போதுசிலசமயம்மெரிக்என்னுடன்வருவான். அவன் சைக்கிள் வைத்திருந்தான். அதைத் தள்ளிக்கொண்டு என்னோடு பேசியபடி வருவானே தவிர, என்னை ஏற்றிக்கொண்டு ஒரு நாளும் போனதில்லை.

சில நாள் பொதுவாகப் பேசிப் பழகிய பின்பு ஒருநாள் அவன் வீட்டு வார இறுதிக் கொண்டாட்டங்களைக் குறித்துக் கேட்டேன். நினைவு தெரிந்த நாளாக நடப்பதுதான் என்று சொன்னான்.

'அது எப்படி அப்பா, அம்மா, அண்ணன், தங்கைகள் எல்லாரும் ஒண்ணா குடிக்கறிங்க?'

'தப்பில்ல மச்சி. எல்லாரும் டிரிங்க் அடிப்போம். எல்லாரும் அடிப்போன்றது எல்லாருக்கும் தெரியும். அப்றம் சேந்து அடிச்சா என்னா?'

'இல்ல... உங்க அக்கா, தங்கச்சிங்கல்லாம் கூட...'

'நாங்க அதுலல்லாம் ராங் சைட் எடுக்கமாட்டோம்' என்று சொன்னான். ஆங்கிலேயர்கள் விடைபெற்றுச் சென்று ஐம்பதாண்டுகளுக்குப் பிறகு இந்தியாவில் ஆங்கிலேயராக வாழ்வது எத்தனை சிரமம் என்று மெரிக்குடன் பேசியபோது புரிந்தது. *'எல்லாரும் எங்கள வேடிக்கை பாக்கறாங்க மச்சி. நீகூட நாங்க குடிக்கசொல்ல நின்னு பாப்ப. எல்லாரும் இன்னா அவுத்துப் போட்டா ஆடுறோம்? நீ ஒள்ச்சி செய்யிறத நாங்க ஓப்பனா செய்யிறோம். அதாங்கண்டி மேட்ரு.'* என்று சொன்னான்.

மெரிக்கின் தந்தை பணியில் இருந்த காலத்தில் நிறைய சம்பாதித்திருக்கிறார். குரோம்பேட்டை, குலசேகரபுரமாக இருந்த போதே இடம் வாங்கி வீடு கட்டிக்கொண்டு வந்த குடும்பம் அது. அவர்கள் வீடு மிகப் பெரியது. எப்படியும் மூன்று கிரவுண்டு நிலமாக இருக்கும். மார்பளவு உயரமுள்ள காம்பவுண்ட் சுவருக்கு

உள்ளே மாமரம், எலுமிச்சை மரம், நான்கைந்து தென்னை மரங்கள், ஏராளமான பூச்செடிகள், கீரைப் பாத்திகள் இருக்கும். நடுவே முன்புறம் ஓடு சரிக்கப்பட்ட வீட்டின் ஹால் மிகப் பெரிது. ஹாலைத் தவிர வேறு அறைகள் எதுவும் வெளியில் இருந்து தெரியாது. யாரும் உள்ளே போய்ப் பார்த்ததும் இல்லை.

மெரிக்கின் வீட்டார் அனைவரும் காதலித்தே திருமணம் முடித்திருப்பார்கள் என்று நினைத்திருந்தேன். ஆனால் அவன் இல்லை என்று சொன்னான். எல்லா திருமணங்களுமே அவனது தந்தை பார்த்து வைத்ததுதான். 'எங்க கம்யூனிடில பொண்ணு கிடிக்கிறதும் கஸ்டம், புள்ள கிடிக்கிறதும் கஸ்டம் மச்சி.'

'வேற கம்யூனிடில பாக்கலாமே?'

'எவங்கட்டுவான்? உங்கூட்ல எனக்கு பொண்ணு குடுப்பியா? நாங்கலாம் உங்களுக்கு ஜூவுல குந்தினவங்கொ. சும்மா பாத்துட்டுதான் போவிங்கொ.'

பின்னொரு நாள் மெரிக்கின் வீட்டில் யாரோ இறந்தார்கள். நாள்பட்ட புற்றுநோய் காரணம் என்று ஊர்க்காரர்கள் பேசிக் கொண்டார்கள். கறுப்பு நிற வேன் ஒன்று வந்தது. பிணத்தை அதில் ஏற்றி அடக்கம் செய்ய எடுத்துச் சென்றார்கள். பிணத்தை ஒரு வேனில் ஏற்றி எடுத்துச் சென்ற காட்சியை நான் கண்டது முதல் முதலில் அப்போதுதான். சிறிது சங்கடமாக இருந்தது. மெரிக் கண்ணில் படவில்லை. இறந்தவர் யார் என்று எனக்குத் தெரியவில்லை. அன்று மாலை திருநீர்மலைக்கு சாராயம் வாங்க மெரிக் போனான் என்று வழியில் பார்த்த ஒருவன் சொன்னான். ஆறரை, ஆறே முக்கால் மணி இருக்கும். அவசர அவசரமாக அவர்கள் வீட்டுப் பக்கம் போனேன். வீடு இருட்டாக இருந்தது. வாசல் விளக்கு போடப்படவில்லை. மரத்தடியில் யாரும் இல்லை. உள்ளேயே குடித்துக்கொண்டிருக்க வேண்டும்.

கொண்டாட முடியாதவற்றை அவர்கள் வெளிப்படையாகச் செய்ததேயில்லை.

–

வராக புராணம்

பன்றிகள். நாய்கள். மாடுகள். இம்மூன்று ஜீவராசிகளும் இந்நகரத்தின் பங்குதாரர்களுள் ஒரு சாரார். இவை மேயாத எந்தப் பகுதியையும் நகரில் நான் எக்காலத்திலும் கண்டதில்லை. நாய்கள், மாடுகளைவிட, சிறு வயது முதலே நான் நிறையப் பன்றிகளைப் பார்த்து வளர்ந்தவன். உண்மையைச் சொன்னால், உலகின் மிக அழகிய உயிரினம் பன்றிதான் என்று எனக்குத் தோன்றும். குழந்தையைக் கொஞ்சும் தாயின் முகத்தை உற்றுக் கவனியுங்கள். அந்த உதடுகளும் மூக்கும் மிக இயல்பாகப் பன்றியின் முகத்தை நகல் செய்யும். பேரழகை மட்டும்தான் பெண்கள் நகல் செய்ய விரும்புவார்கள்.

கூவம் ஒரு மகாநதியாக இருந்து சாக்கடையான பிறகு சென்னையில் பன்றிகளின் பெருக்கம் அதிகரித்திருக்க வேண்டும். அடையாறும் கூவமும் சகோதர ஒப்பந்தம் செய்துகொண்டு நதிக்கரை நாகரிகம் வளர்க்கத் தொடங்கிய பின்பு பன்றிகளே அதன் நடமாடும் சரித்திர சாட்சிகளாக நிலைத்திருக்கின்றன.

சையத் கான் என்னும் குதிரை வியாபாரி முன்னொரு காலத்தில் அடையாறின் குறுக்கே ஒரு நடைப்பாலம் கட்டினார். அவரது ஞாபகார்த்தமாக அந்தப் பாலம் புறப்படும் இடத்தைச் சுற்றிய

பிராந்தியத்துக்கு சையத் கான் பேட்டை என்று பெயரிட்டு, பிறகு சைதாப்பேட்டை என்று அழைக்கத் தொடங்கினார்கள். சைதாப்பேட்டைக்கும் கிண்டிக்கும் இடையே அடையாற்றின்மீது இன்றும் ஒரு நடைப்பாலம் இருக்கிறது. சிறு வயது முதல் பார்த்துக் கொண்டிருக்கிறேன். சைதாப்பேட்டைக்குப் போகும் போதெல்லாம் ஓரிரு மணி நேரங்களாவது அந்தப் பாலத்தின் மீது நடந்து திரியாதிருந்ததில்லை. பாலம் எனக்கு அவ்வளவு பிடித்ததற்குக் காரணம் நதியல்ல. ஏனெனில் அது நதியாக இருந்து நான் பார்த்தது மிகச் சில சமயங்களில் மட்டுமே. பெரும்பாலும் பல சிறிய நீர்த் தேக்கங்களைக் கொண்ட ஒரு பரந்த வெளியாகவே இருக்கும். பன்றிகள் கூட்டம் கூட்டமாக அங்கே மேயும். திடீரென ஆவேசம் கொண்டு ஒன்றையொன்று மோதித் தாக்கும். அது ஒரு ரசமான காட்சி.

அந்த நடைப்பாலத்துக்கு அப்பால் நூறு மீட்டர் தொலைவில் ரயில் பாலம் ஒன்று இருக்கிறதல்லவா? அதனடியில்தான் சைதாப்பேட்டையின் அபீத் காலனிவாசிகள் அந்நாளில் மலஜலம் கழிக்க வருவார்கள். பெண்கள் அதிகாலை வேளைகளிலும் முதிய ஆண்கள் விடியற்காலை வேளைகளிலும், இளவட்டங்கள் எப்போது வேண்டுமானாலும். ஒரு மகாநதியைத் திறந்த வெளிக் கழிப்பிடமாக்கிக்கொள்ளும் பாக்கியம் அவர்களுக்கு இருந்தது. பெருமழைக் காலம் தவிர வேறு எப்போதும் தண்ணீர் வரத்துக்கு வாய்ப்பே இல்லாத நதித்தடம் என்பதால் கேட்பாரில்லை. மேலே ரயில் போகும்போது அவர்கள் பாலத்துக்கு அடியில் எழுந்து நிற்பார்கள். ரயில் கடந்து போன பிற்பாடு மீண்டும் உட்கார்ந்து வேலையைப் பார்ப்பார்கள். இது, அந்தப் பிராந்தியத்தின் ஏகபோக உரிமையாளர்களாகத் தங்களை நினைத்துக்கொண்டிருக்கும் பன்றிகளுக்குப் பொறுக்காது. சொல்லி வைத்த மாதிரி அவர்கள் எழுந்து நிற்கும்போதெல்லாம் அமைதியாக இருந்துவிட்டு, காரியத்தில் அமரும்போது போலியாகச்சண்டையிட்டுக்கொண்டு மூர்க்கமாகப் பாய்ந்தோடி வரத் தொடங்கும். ஒன்றிரண்டல்ல. பெரிய ஆகிருதி கொண்ட பத்துப் பன்னிரண்டு பன்றிகள் ஏக காலத்தில் முட்டி மோதிக்கொண்டு ஓடி வந்தால் அப்பாவி சனம் என்ன செய்யும்? அலறிக்கொண்டு அவர்கள் எழுந்து ஓடுவார்கள். திடீரென்று அந்தப் பக்கம் போகிற புதியவர்களுக்குப் பன்றிகளும் மனிதர்களும் ஓடிப் பிடித்து விளையாடுவது போலத் தோன்றும்.

ஆனால் குரோம்பேட்டைப் பன்றிகள் சைதாப்பேட்டை பன்றிகளைப் போல மூர்க்கத்தனம் கொண்டவை அல்ல. அவையும் வேலிக்காத்தான் புதர்களுக்கு இடையே கூட்டம் கூட்டமாகத்தான் வரும். உணவு தேடி அலையும். சாக்கடைகளைக் கண்டால் இறங்கிப் படுத்துக்கொள்ளும். பிறகு வெளியே வந்து புழுதியில் புரண்டு துடைத்துக்கொண்டு மேலும் நடக்கும். ஊர்க்காவல் படை வீரர்களைப் போல நாளெல்லாம் பொழுதெல்லாம் பேட்டையைச் சுற்றிச் சுற்றி வந்துகொண்டே இருக்கும். மனிதர்களுக்கு எந்தச் சங்கடமும் தராத பன்றிகள் அவை. உண்மையில் குரோம்பேட்டை என்பது அப்போது பன்றிகளின் பாதுகாப்பில் உள்ள பிராந்தியமாகத்தான் எனக்குத் தோன்றியது.

பேட்டையின் கல்விக் காவலர் ஜெகத் ரட்சகன் வெகுஜன வசதி கருதி ஒரு வசிப்பிடம் அமைக்கிறார், வேண்டியவர்கள் வந்து வாங்கிக்கொள்ளுங்கள் என்று ஓர் அறிவிப்பு வந்தபோது என் அம்மாவும் மனைவியும்தான் முதல் ஆளாகப் போய் வரிசையில் நின்றார்கள். சகாய விலைக்கு முக்கால் கிரவுண்டுக்குச் சிறிது கூடுதலாகவோ குறைவாகவோ ஓரிடத்தைக் கட்டம் கட்டிப் பட்டா செய்துகொண்டு வந்தார்கள். அந்த இடத்தைப் பார்க்கப் போனபோது ஒரே கவலையாகிவிட்டது.

ஒரு வாயகன்ற பெருங்குட்டையை வேலிக்காத்தான் புதர்கள் மறைத்துப் புதைத்திருந்தன. புதர்களைப் பன்றிகள் காவல் காத்தன. ஒன்றிரண்டல்ல. குறைந்தது ஒரு நூறு பன்றிகள். சாக்கடைக் குட்டையை மறைத்து வளர்ந்திருந்த முட்புதர்களுக்கு இடையே அவை ராணுவ வீரர்களைப் போல அணி வகுத்துச் செல்வதைக் கண்டு திகிலாகிவிட்டது. ஐயோ இங்கே எப்படி வீடு கட்டுவது என்று இடம் வாங்கியவர்கள் கவலை கொண்டார்கள். ஆனால் கண்மூடித் திறக்கும் நேரத்தில் எல்லாம் மாய மந்திரம் போல நடந்தேறியது. புதர்கள் வெட்டி அழிக்கப்பட்டன. சாக்கடைகள் மூடப்பட்டன. குட்டையையே மண் மேடாக்கிவிட்டார்கள் விற்பன்னர்கள். அது என் கண் முன்னால் நிகழ்ந்த அதிசயம்தான். குரோம்பேட்டையின் அதி பிரம்மாண்ட பங்களாக்கள் அனைத்தும் அங்கேதான் உள்ளன. ஒரு குட்டை இருந்த இடம் என்று சொன்னால், நேரில் பார்த்தவர்கள்கூட நம்புவது சிரமம். நம்ப வைக்க ஒரே வழி, பழைய பன்றிகளின் புதிய தலைமுறை இப்போதும் அங்கு மேய்ந்துகொண்டிருப்பதைக் காட்டுவதுதான்.

பழைய பல்லாவரத்துப் பன்றிகள், அஸ்தினாபுரத்துப் பன்றிகள், புது மாம்பலத்துப் பன்றிகள் (இவற்றின் தற்காலத் தலைமுறையை இப்போதும் தி நகர் பேருந்து நிறுத்தத்தின் பின்புறம் பார்க்கலாம்), திருவல்லிக்கேணி பன்றிகள், எல்டாம்ஸ் சாலைப் பன்றிகள் என்று பிராந்தியவாரியாகப் பன்றிகளின் பரிணாம வளர்ச்சியைக் கண்டு வந்திருக்கிறேன். நாற்பது வருடங்களுக்கு முன்பு சென்னை நகரப் பன்றிகள் அடர் கறுப்பு நிறத்தில் மட்டுமே இருக்கும். உருவமும் நல்ல புஷ்டியாக, ஆஜானுபாகுவாக இருக்கும். கால மாற்றத்தில் பன்றிகளின் நிறம் மெல்ல மெல்ல உதிர்ந்து இன்று காணக்கிடைக்கும் பன்றிகள் யாவும் வெளிர் சாம்பல் நிறத்தை அடைந்துவிட்டன. முகம் சுருங்கி, வயிறு உள்ளடங்கி எலும்பும் தோலுமாகவே சுற்றிக் கொண்டிருக்கின்றன. அழகை ரசிக்கும்படியான பன்றி ஒன்று இன்று சென்னையில் இல்லவேயில்லை என்பது ஒரு விலங்கியல் சோகம்.

–

பஜார்

ஒரு கேல்குலேட்டர் வாங்குவதற்காக முதல் முதலில் என் தந்தை என்னை பர்மா பஜாருக்கு அழைத்துச் சென்றார். அப்போது எனக்குப் பன்னிரண்டு வயது. சென்னை நகருக்குள் அப்படியொரு பளபளப்பான இடம் இருக்கிறது என்று எனக்கு அதற்குமுன் தெரியாது. நாங்கள் சென்றது இருட்டத் தொடங்கிய மாலை நேரம் என்பதால் கடை விளக்குகளின் வெளிச்சத்தில் பிராந்தியம் இன்னுமே பளபளப்பாகத் தெரிந்தது.

கடற்கரை ரயில் நிலையத்துக்கு வெளிப்புறம் நடைபாதை ஓரம் களைப்பாறும் ஒரு மலைப்பாம்பு போல வளைந்து நீண்டு கிடந்தது பஜார். ஆறடி, ஏழடி சதுரங்களுக்கு ஒரு பெட்டி. ஒவ்வொரு பெட்டியும் ஒரு கடை. ஒவ்வொரு கடை வாசலிலும் ஏராளமான மனிதர்கள் நின்று பேசிக்கொண்டே இருந்தார்கள். ஏராளமான மனிதர்கள் நடந்து போய்க் கொண்டே இருந்தார்கள். ஏராளமானவர்கள் ஏராளமான பொருள்களை வாங்கிக்கொண்டே இருந்தார்கள். எல்லாம் வெளிநாட்டுச்சரக்கு. டேப் ரெக்கார்டர்கள், கைக்கடிகாரங்கள், வாசனை திரவியப் போத்தல்கள், ஹீரோ பேனாக்கள், வழுக்கும் சட்டைத் துணிகள், டெலிவிஷன் பெட்டிகள், டார்ச் லைட்டுகள், அறுபது நிமிடம், தொண்ணூறு

நிமிடம் பதிவு செய்யக்கூடிய ஒலி நாடாக்கள், குளிர்க் கண்ணாடிகள் இன்னும் என்னென்னவோ.

வாழ்வில் அதுவரை நான் பார்த்தேயிராத எவ்வளவோ பொருள்களை அன்று முதல் முதலாகப் பார்த்தேன். ஒரு கால்குலேட்டர் வாங்குவதினும் அந்த பஜாரை எனக்கு அறிமுகப்படுத்துவதே என் தந்தையின் நோக்கமாக இருந்திருக்க வேண்டும். எந்தக் கடையின் முன்பும் நிற்காமல் அந்த முழு நீள அங்காடிச் சாலையில் என் கையைப் பிடித்துக்கொண்டு மெதுவாக நடந்துகொண்டே இருந்தார். எனக்குமே எதையும் வாங்குவதைக் காட்டிலும் வேடிக்கை பார்த்தபடி நடப்பது பிடித்திருந்தது. அப்படியே அந்த கால்குலேட்டரை வாங்க மறந்து திரும்பிவிட்டாலும் பரவாயில்லை என்று நினைத்தேன். ஏனென்றால் நான் ஆசைப்பட்டேன் என்று ஒரு கால்குலேட்டர் வாங்கிக் கொடுத்துவிட்ட காரணத்தாலேயே தினசரி நூற்றுக் கணக்கான கணக்குகளைப் போட்டுப் பழக வேண்டும் என்று அவர் எதிர்பார்க்கலாம்.

அது பர்மா அகதிகள் மறுவாழ்வுக்காக அரசாங்கம் அமைத்துக்கொடுத்த கடை வீதி என்று என் தந்தை சொன்னார். அதே போன்றதொரு பெரிய கடை வீதி கந்தசாமி கோயிலைச் சுற்றி உள்ள இடத்தில் இருந்ததாகத் தனது தந்தையார் தனக்குச் சொன்னதையும் நினைவுகூர்ந்தார். அதன் பெயர் குஜிலி பஜார். எனக்கு பர்மா பஜார் என்ற பெயரைக் காட்டிலும் குஜிலி பஜார் என்ற பெயர் பிடித்தது. அந்தப் பெயரின் அர்த்தம் கேட்டேன். ஆனால் நான் கேட்டது அவர் காதில் விழவில்லை. பொதுவாகத் தலைமை ஆசிரியர்களுக்குக் குறிப்பாகச் சில விஷயங்கள் காதில் விழாது. அவர் தொடர்ந்து பர்மா பஜாரைப் பற்றி எனக்குச் சொல்லத் தொடங்கினார். சட்டபூர்வமாகவும் சட்ட விரோதமாகவும் வெளி நாடுகளில் இருந்து இறக்குமதி செய்யப்படும் பொருள்கள் விற்பனையாகும் இடம் என்று அவர் சொன்னது அப்போது எனக்குச் சரியாகப் புரியவில்லை. அதைக் குறித்து மேற்கொண்டு கேட்டுத் தெரிந்துகொள்ளவும் இல்லை. குஜிலி பஜாருக்கு அர்த்தம் சொல்லும்போது இதைத் திரும்பக் கேட்டுக்கொள்ளலாம் என்று நினைத்தேன். அன்று என் கவனமெல்லாம் பஜாரில் ஓடி ஆடி வேலை பார்த்துக்கொண்டிருந்த என் வயதுச் சிறுவர்களின்மீதே இருந்தது.

என்னால் அந்த நாளை மறக்கவே முடியாது. நான் வளர்ந்த சூழலில் அதுவரை வேலை பார்க்கும் சிறுவர்களைப் பார்த்ததேயில்லை. வேலை பார்த்துச் சம்பாதிப்பது அப்பாக்களின் கடமை என்றே நினைத்துக் கொண்டிருந்தேன். நான் ஒரு அப்பா ஆகும்போதும் என் தந்தையைப் போல பேண்ட் சட்டை அணிந்து ஓரிடத்தில் மின் விசிறிக்கு அடியில் அமர்ந்து ஏதாவது வேலை பார்ப்பேன் என்றுதான் நினைத்தேன். ஆனால் பர்மா பஜாரில் நான் கண்ட காட்சி என்னை நிலைகுலையச் செய்தது. ஒவ்வொரு கடைக்காரரிடமும் ஒரு பையன் வேலைக்கு இருந்தான். வருபவர்கள் என்ன கேட்டாலும் அவன் உடனே ஒரு ஸ்டூலின்மீது ஏறி மேலிருந்து ஏதோ ஒரு அட்டைப் பெட்டியை எடுத்து, தோளில் கிடக்கும் சிறிய துண்டினால் தூசு தட்டி மேசைமீது வைப்பான். கடைக்காரர் அந்தப் பெட்டியை எடுத்துப் பார்த்து விலை சொல்லுவார். கடைக்காரர்களுக்குத் தெரிந்தவர்கள் யாராவது வந்துவிட்டால் அந்தப் பையன்கள் உடனே டீ வாங்கி வர ஓடினார்கள். மூன்று சக்கர வாகனங்களில் பெரிய பெரிய அட்டைப் பெட்டிகளில் சரக்கு வந்து இறங்கும்போது கடைச் சிறுவர்களே அதைத் தூக்கி வந்து உள்ளே வைத்தார்கள். நடைபாதைக் குப்பைகளை அவர்களே அகற்றினார்கள். அந்தப் பக்கமாகப் போய்க்கொண்டிருந்த யாரோ ஒரு பெண்மணி திடீரென்று வாந்தி எடுத்துவிட்டுப் போக, ஒரு கடைப்பையன் உடனே ஓடிச் சென்று அதைத் தண்ணீர் ஊற்றிக் கழுவித் தள்ளிய காட்சி இன்னும் எனக்கு நினைவிருக்கிறது. முதலாளி சொல்வதற்காக அவன் காத்திருக்கவில்லை.

இது ஒன்றிரண்டு கடைகளில் கண்டதல்ல. அநேகமாக அன்றைக்கு பர்மா பஜாரில் அத்தனைக் கடையிலும் வேலை பார்க்கும் சிறுவன் ஒருவனைக் கண்டேன். பத்து வயது முதல் பதினாறு வயதுக்குட்பட்ட பையன்கள். 'அவங்கள்ளாம் ஸ்கூலுக்குப் போகமாட்டாங்களாப்பா?' என்று என் தந்தையிடம் கேட்டேன். 'நியாயமா போகணும். சிலபேர் வீடுகள்ள சமாளிக்க முடியாத அளவுக்குக் கஷ்டம் வந்தா இப்படி வேலைக்கு அனுப்பிடுவாங்க' என்று சொன்னார்.

இன்றைக்கு உள்ளதைப் போலக் கல்வி பெரும் முதலீடு கோரும் துறையாக அப்போது இல்லை. இன்றளவு தனியார் பள்ளிக்கூடங்களும் அப்போது கிடையாது. நான் அரசுப்

பள்ளிகளில், அரசுக் கல்லூரியில் மட்டும்தான் படித்தேன். இலவசப் படிப்பும் இலவச மதிய உணவும் கிடைக்கிற பள்ளிக்கூடங்கள். என் உடன் படித்த பல மாணவர்கள் மிக மோசமான பொருளாதாரப் பின்னணியில் இருந்து வந்தவர்கள். கூலி வேலை செய்யும் பெற்றோரின் பிள்ளைகள். விவசாயிகளின் பிள்ளைகள். பள்ளி நாள்களில் என் மிக நெருங்கிய நண்பனாக இருந்த ஞானப்பிரகாசத்தின் தாயார் வீட்டில் முறுக்கு, பக்கோடா, ஓமப்பொடி செய்து பொட்டலம் போட்டு விற்று வாழ்ந்ததை அறிவேன். ஒரு பொட்டலம் நாலணா.

அன்று இரவு வீடு திரும்பி நெடுநேரம் உறக்கம் வரவில்லை. வீட்டுக் கஷ்டத்தைப் பகிர்ந்துகொள்ளும் சிறுவர்களோடு திரும்பத் திரும்ப என்னை ஒப்பிட்டுப் பார்த்துக்கொண்டே இருந்தேன். மிகவும் குற்ற உணர்ச்சியாக, அவமானமாக இருந்தது. எனக்கு வீட்டில் கஷ்டம் என்று ஏதும் இருந்ததில்லை. படிப்பது ஒன்றுதான் என் பணி என்று இருந்தது. அதையும் நான் சரியாகச் செய்யாதிருந்தேன். அந்தத் துயரம் அனைத்திலும் பெரிதாக இருந்தது. ஓர் அரசுப் பள்ளி ஆசிரியரின் வருமானத்தில் வாழ்ந்த குடும்பம்தான். வீட்டில் கஷ்டம் இல்லாமல் இருந்திருக்காது. ஆனால் எனக்கு அது தெரியாமல் பார்த்துக்கொண்டார்கள் என்பதை முதல்முதலில் அப்போது உணர்ந்தேன். மறுநாளே எங்காவது ஓரிடத்தில் பகுதி நேரமாக வேலைக்குச் சேர்ந்துவிட வேண்டும் என்றும் வீட்டுக்குத் தெரியாமல் அதனைத் தொடர வேண்டும் என்றும் வரும் காசைச் சேமித்துவைத்து எதிர்பாராத ஏதாவது ஒரு கஷ்ட நேரத்தில் அப்பாவிடம் கொடுத்து அவரை வியப்படையச் செய்ய வேண்டும் என்று எண்ணிக்கொண்டேன்.

மறுநாள் நான் அதைச் செய்யவில்லை. மேற்படி சம்பவம் நடந்து ஐந்தாண்டுகளுக்குப் பிறகு ஒரு சமயம் செய்து பார்க்கச் சந்தர்ப்பம் வாய்த்தது. கல்லூரிப் படிப்பில் நிறைய அரியர்ஸ் வைத்துவிட்டு எதிர்காலம் என்ன ஆகும் என்று தெரியாத அச்சத்தில் இருந்த நேரம். அமைந்தகரையில் நட்டு, போல்ட்டுகள் உற்பத்தி செய்யும் கம்பெனி ஒன்றில் தினக்கூலி வேலைக்கு நண்பன் ஒருவன் என்னை அழைத்துச் சென்றான். இயந்திரம் உற்பத்தி செய்து கொட்டும் நட்டுகளை பாண்டுகளில் அள்ளி எடுத்துச் சென்று ஓரிடத்தில் சேகரித்து வைக்கும் பணி. என்னால் சுமை தூக்க

முடியவில்லை. தோள்பட்டை வலி கொன்று எடுத்துவிட்டது. அன்று ஒருநாள் அங்கு நின்றதற்கும் நடந்ததற்குமே மூச்சடைத்தது. வேலை பார்த்ததற்குக் கிடைத்த நாற்பது ரூபாய்க் கூலியில் மசால் வடையும் பரோட்டாவும் வாங்கித் தின்றுவிட்டு மறுநாள் முதல் அதை மறந்துவிட்டேன்.

உடல் உழைப்புக்கு வக்கற்றவனாயிருப்பதை நினைத்துப் பார்த்தால் சிறிது வெட்கமாகத்தான் இருக்கிறது. என் பெற்றோர் எனக்குச் சிறிது கஷ்டம் காட்டியிருக்கலாம் என்று இப்போது தோன்றுகிறது.

–

பூச்சரம் ஆசிரியர்

சரியான வேலை ஒன்று அமைந்திருக்கவில்லை. பல இலக்கியமல்லாத சிற்றிதழ்களில் வாய்ப்புக் கிடைத்தது. ஆனால் சம்பளம் கிடைக்குமா என்று சந்தேகமாக இருந்தது. அப்போதெல்லாம் தினத்தந்தியின் வரி விளம்பரப் பகுதியில் நிறைய பத்திரிகை வேலை விளம்பரங்கள் வரும். கண்ணாடி, மூக்குத்தி, செம்பரிதி, புது விடியல் என்று என்னென்னவோ பெயர்களில் வெளியாகிக்கொண்டிருந்த பத்திரிகைகள். அவற்றில் எது ஒன்றையும் நான் பார்த்ததுகூடக் கிடையாது. ஆனால் விளம்பரத்தில் சென்னை முகவரி இருந்துவிட்டால் உடனே ஒரு விண்ணப்பக் கடிதம் எழுதி அனுப்பிவிடுவேன். சிலபேர் நேரில் வரச் சொல்லி கார்டு போடுவார்கள். போய்ப் பார்த்தால் அந்த இடத்தின் சூழ்நிலையே பிடிக்காமல் போய்விடும். அவை பெரும்பாலும் நொடித்துப் போன பழம்பெரும் தனி மனிதர்களின் இறுதிக் கால முயற்சியாக இருக்கும். பாழடைந்த ஓட்டு வீட்டின் முன்னறையில் புராதனமான மேசை நாற்காலிகளுக்கும் ஒட்டடை மற்றும் காகிதக் குப்பைகளுக்கும் இடையே யாரோ ஒரு நபர் அமர்ந்திருப்பார். அன்பாகப் பேசுவார். அவரே எழுந்து சென்று குடிக்கத் தண்ணீர் கொண்டு வந்து தருவார். இண்டர்வியூவெல்லாம் இல்லாமல் நேரடியாக வேலைக்கு எடுத்துக் கொள்ளத் தயாராக

இருப்பார். இதழ் தயாரிப்புப் பணிகளுடன் விற்பனைப் பணியையும் சேர்த்துப் பார்க்கச் சொல்லுவார். ஒவ்வொரு இதழ் வெளிவரும்போதும் குறைந்தது நூறு பிரதிகள் என் மூலமாக விற்பனையானால் எனக்கு முன்னூறு ரூபாய் சம்பளம் என்று சொல்வார். பல இடங்களில் எனக்கு இந்த அனுபவம் கிடைத்திருக்கிறது. எனக்கு விற்பனையெல்லாம் வராது என்று சொல்வேன். ஓ, அப்படியா? சரி பார்க்கலாம் என்று சொல்லி அன்போடு அனுப்பி வைத்துவிடுவார்கள்.

1987-89 காலக்கட்டத்தில் குறைந்தது ஐம்பது இடங்களில் இப்படி ஏறி இறங்கியிருக்கிறேன். அந்த மொத்த முயற்சியின் நிகர லாபம் என்று பார்த்தால் என்னைப் போலவே எழுத்து ஆர்வமுடன் திரிந்துகொண்டிருந்த என் வயதொத்த நான்கைந்து பேரின் நட்பு கிடைத்ததுதான். அப்படிக் கிடைத்த நண்பர் ஒருவர் சொன்னதன் பேரில் பூச்சரம் என்றொரு பத்திரிகை அலுவலகத்துக்கு ஒருநாள் சென்றேன்.

அந்த அலுவலகம் போரூருக்கும் வளசரவாக்கத்துக்கும் இடைப்பட்ட பிராந்தியத்தில் மிகவும் உள்ளடங்கிய ஒரு காலனியில் இருந்தது. சாலை இல்லை. மிக நீண்ட மண் பாதை ஒன்று எப்போதோ அங்கு இருந்திருக்க வேண்டும். மழைக்காலம் முடிந்திருந்ததால் முற்றிலும் நாசமாகி கால் வைக்கும் இடமெல்லாம் புதை குழியாகவே இருந்தது. பேண்ட்டெல்லாம் சேறு. கழுவிக்கொள்ள எங்காவது தண்ணீர் கிடைக்குமா என்று பார்த்தேன். கண்ணுக்கெட்டிய தொலைவு வரை மழை பெய்து திட்டுத் திட்டாகத் தேங்கியிருந்ததே தவிர ஒரு குழாயோ கிணற்றடியோ தென்படவில்லை. ஒரு பத்திரிகை ஆசிரியரை எப்படி இப்படிச் சென்று சந்திப்பது என்று கவலையாக இருந்தது. வழியில் ஏதாவது வீட்டில் நின்று நிலைமையைச் சுட்டிக்காட்டி உதவி கேட்கலாம் என்றால் குறிப்பிட்ட காலனியை அடையும்வரை வீடுகளே கண்ணில் தென்படவில்லை. முள் புதர்களின் இடையே சில நாய்கள் மட்டும் சுற்றிக்கொண்டிருந்தன. வேறு வழியின்றி அப்படியேதான் போய்ச் சேர்ந்தேன்.

அது ஒரு புறம்போக்குக் குடியிருப்புப் பகுதி போலத் தோன்றியது. நிறைய காலி இடங்களுக்கு நடுவே சில வீடுகள் இருந்தன. பெண்கள், உள்ளே பாத்திரம் துலக்கி வீதியில் வீசிக்

கொட்டிக்கொண்டிருந்தார்கள். அதைப் பொருட்படுத்தாமல் ஒரு தையல் கலைஞர் அதே வீதியில் ஒரு ஓரமாகத் தையல் மெஷின் எதிரே ஸ்டூல் போட்டு அமர்ந்து தைத்துக்கொண்டிருந்தார். அவரிடம் பூச்சரம் பத்திரிகை அலுவலகம் எங்கே இருக்கிறது என்று விசாரித்தேன்.

'புக்கா?' என்று அவர் திருப்பிக் கேட்டார். சிறிது யோசித்துவிட்டு ஆமாம் என்று சொன்னேன்.

'இங்க கடையெல்லாம் இல்ல தம்பி. வடபழனி போனா கிடைக்கும்' என்று சொன்னார்.

'இல்லிங்க. கடை இல்லை. பத்திரிகை ஆபீஸ்.'

'இங்க ஆபீசெல்லாம் இல்ல தம்பி.' என்றவர் அந்த வழியே போன ஒரு பெண்மணியை நிறுத்தி, 'அக்கா, இங்க அச்சாபீஸ் எதும் இருக்குது?' என்று கேட்டார். நான் அந்தப் பெண்ணிடம் பூச்சரம் என்றொரு பத்திரிகை வருவதையும் அதன் நிர்வாக அலுவலகம் அந்தப் பிராந்தியத்தில்தான் எங்கோ இருக்கிறது என்றும் சொன்னேன்.

'தெர்லப்பா. அந்த மஞ்ச சுண்ணாம்பு வீட்டாண்ட போய்க் கேட்டுப் பாரு. அந்தூட்டு ஐயாதான் புக்கு படிப்பாரு' என்று சொல்லி விட்டுப் போனார்.

மஞ்சள் சுண்ணாம்பு அடித்த வீடு சிறிதாக இருந்தது. வெளியில் நின்று பார்த்தபோது ஒரு ஹால் தெரிந்தது. ஹாலை அடுத்து உடனே பின்புற வீதி தெரிந்தது. வேறு வழியில்லை. பாத்திரம் கழுவினால் வீதியில்தான் கொட்டியாக வேண்டும். சிறிது ஒதுங்கி நின்றுகொண்டு 'சார்' என்று அழைத்தேன். ஒரு நபர் வெளியே வந்தார். எரிந்து முடித்த ஒரு தீக்குச்சியைப் போல ஒடுங்கி, நொறுங்கி இருந்தார். லுங்கியை முழங்காலுக்கு மேல் உயர்த்திக் கட்டியிருந்தார். மேல் சட்டை அணியாமல் ஒரு துண்டு மட்டும் போட்டிருந்தார். முகச் சவரம் செய்துகொண்டிருக்க வேண்டும். மூக்குக்கும் மேல் உதட்டுக்கும் நடுவே சிறிது சோப்பு நுரை இருந்தது.

'பூச்சரம் பத்திரிகை ஆபீஸ் இங்க எங்க இருக்குன்னு தெரியுமா?'

'இதுதான். வாங்க' என்றார். எனக்கு ஒரு மாதிரி ஆகிவிட்டது. அதுவரை நான் சந்திக்கச் சென்ற பத்திரிகை அதிபர்கள், வீட்டோடு இருந்து இதழ்ப்பணி ஆற்றிக்கொண்டிருந்தவர்கள்தான் என்றாலும் அதற்கென்று ஒரு சிறிய அறையையாவது ஒதுக்கி வைத்திருந்தார்கள். இந்த மனிதர் ஒரு ஹாலும் ஒரு கிச்சனும் மட்டும் இருந்த சிறிய இல்லத்தில் குடும்பமும் நடத்திக்கொண்டு பத்திரிகையும் நடத்துகிறாரா!

மிகவும் அழுக்கான அந்த ஹாலில் ஒரு சிறிய டிவி பெட்டி இருந்தது. சுவர் ஓரம் நான்கு புறங்களிலும் கயிறு கட்டித் துணி உலர்த்தியிருந்தது. தரையில் இரண்டு தகரப் பெட்டிகள் ஒன்றன்மீது ஒன்றாக வைக்கப்பட்டு, அவற்றின்மீது ஒரு சிறிய முகம் பார்க்கும் கண்ணாடியும் ஷேவிங் பிரஷ்ஷும் இரும்பு ரேசரும் இருந்தன. ஒரு மடக்கு நாற்காலி இருந்தது. அதன்மீது அன்றைய தினகரன் செய்தித் தாள் இருந்தது. அடுக்களையில் சில பாத்திரங்களும் அவரது மனைவியும் இருந்தார்கள். அவர் என்னை ஒருமுறை திரும்பிப் பார்த்தார் என்று நினைவு. ஆனால் வெளியே வரவில்லை.

பூச்சரம் ஆசிரியர் என்னைப் பற்றி விசாரித்தார். என் ஆர்வங்களைச் சொல்லி, பூச்சரத்தில் வேலை இருப்பதாக நண்பர் சொன்னதையும் தெரிவித்தேன்.

'யாரு உங்க நண்பர்?' என்று அவர் கேட்டார்.

'ரத்னவேலுன்னு பேர் சார். உங்களை சந்திச்சிருக்கறதா சொன்னாரு.'

அவருக்கு நினைவில்லை. ஆனால் பூச்சரத்தில் வேலை இருப்பது உண்மைதான் என்று சொன்னார்.

'சொல்லுங்க சார். நான் கதை எழுதுவேன். கவிதை எழுதுவேன். கட்டுரை எழுதுவேன். பாக்கறிங்களா?'

அவர் அதையெல்லாம் பார்க்க விரும்பவில்லை. 'இருக்கட்டும் தம்பி. இப்பம் என்ன சிக்கல்னா நம்ம பத்திரிகை டைட்டில இன்னொருத்தன் எடுத்துக்கிட்டான். அவன்கிட்ட சண்டை போட்டுக்கிட்டிருக்கேன். டைட்டில் கிடைச்சதும் ஆரம்பிச்சிடலாம்' என்று சொன்னார்.

எனக்கு அது புரியவில்லை. இவர் பத்திரிகை பெயரை இன்னொருவர் எப்படி எடுத்துக்கொள்ள முடியும்?

‘அது எப்டின்னா, நாம ரிஜிஸ்தர் பண்ணாம சிற்றிதழா நடத்திக்கிட்டிருந்தம். பயபுள்ள அவன் டைட்டில பதிவு பண்ணி வாங்கி வெச்சிக்கிட்டான். இப்ப நம்முத நடத்தக்கூடாதுன்னு சொல்லி நிப்பாட்டியிருக்கான்.’

‘இது எப்ப நடந்திச்சி சார்?’

‘அது இருக்கும் தம்பி ஒரு ஆறு வருசம். போராடிக்கிட்டிருக்கேன். அவனும் நடத்த மாட்டேங்குறான். என்னையும் நடத்த விட மாட்டேங்குறான். ஒரே பேஜார்.’

‘ஆறு வருஷம் முன்ன பூச்சரம் வந்ததா சார்?’

‘அட தெரியாதா? எட்டு இதழ் வந்திருக்கு தம்பி.’

எடுத்துக் காட்டுவார் என்று நினைத்தேன். கைவசம் பிரதி இல்லை போலிருக்கிறது. என் கவலை அதுவல்ல. ஆறு வருடங்களாக நின்று போயிருக்கும் ஒரு பத்திரிகையில் எனக்கு என்ன வேலை இருக்கும்?

‘அம்பத்தூர்ல எம்புள்ள வீட்ல நெறைய பளைய புஸ்தகங்க வெச்சிருக்கிறேன் தம்பி. அது தவிர பேப்பர் கட்டிங்ஸ் ஒரு இருவது கிலோ அளவுக்கு இருக்கும். எல்லாத்தையும் காலவரிசைப்படுத்தி தொகுக்கணும். பூச்சரம் சார்பா ஒரு ஆவணக் காப்பகம் அமைக்கணுன்னு ரொம்ப நாளா யோசனை. எப்பிடியும் இந்த வருசத்துக்குள்ள டைட்டில வாங்கி பத்திரிகைய கொண்டாந்துடுவேன். அப்ப கண்டெண்டுக்கு அலையாம சுளுவா எடுத்துக்கலாம் பாரு. நான் மட்டும் பத்திரிகை கொண்டாந்துட்டா லைப்ரரி ஆர்டர் கன்ஃபர்ம். நூலகத்துறைல என் சகலைதான் இயக்குநருக்கு பி.ஏவா இருக்காரு.’

நான் கிளம்பும்போது அவரது மனைவி அடுக்களையில் இருந்து வெளியே வந்தார். 'காப்பி கொண்டாரட்டுமா தம்பி?' என்று கேட்டார். மரியாதையுடன் மறுத்துவிட்டு பாத்ரூம் எங்கே என்று கேட்டேன். வீட்டின் பின்புறம் மூன்றடி தள்ளி இருந்த ஒரு

ஆஸ்பெஸ்டாஸ் சரிவை அவர் காட்டினார். அதுவரை நினைவில் உறுத்திக்கொண்டே இருந்த பேண்ட்டில் படிந்த சேறை நன்றாகத் தண்ணீர் விட்டுக் கழுவிக்கொண்டு விடைபெற்றுக் கிளம்பினேன்.

பூச்சரம் ஆசிரியர் நான் சேறு படிந்த பேண்ட்டுடன் வந்ததையும் கவனிக்கவில்லை. அதைக் கழுவிக்கொண்டு புறப்பட்டதையும் கவனிக்கவில்லை.

–

வேறு உலகம்

எண்பதுகளின் இறுதி ஆண்டுகளைப் பைங்கிளிப் பத்திரிகைகளின் பொற்காலம் என்று சொல்லலாம். திரைச் சித்ரா, பருவகாலம், மருதம் போன்ற புகழ்பெற்ற பத்திரிகைகள் தவிர குறைந்தது முப்பது பெயர் பிரபலமில்லாத, அல்லது பெயரேகூட வேண்டியிருக்காத பத்திரிகைகள் அப்போது சென்னையில் இருந்து வெளியாகிக்கொண்டிருந்தன. எல்லாமே மட்கிய தாள்களில் கறுப்பு வெள்ளையில் மட்டுமே அச்சிடப்பட்ட பத்திரிகைகள். சில பத்திரிகைகள் பிளாஸ்டிக் கவருக்குள் போடப்பட்டு கடைகளுக்கு வரும். சில பத்திரிகைகள் அப்படியே வரும். எப்படி வந்தாலும் வெளிவந்த ஓரிரு தினங்களுக்குள் அவை விற்றுவிடும்.

இந்தப் பத்திரிகைகளின் பதிப்பாளர்கள் பெரும்பாலும் தேனாம்பேட்டை எல்டாம்ஸ் சாலையில் குடியிருந்தார்கள். எப்படி புத்தகப் பதிப்பாளர்கள் பாண்டி பஜாரில் இருந்தார்களோ, திரைப்பட வினியோகஸ்தர்கள் மீரான் சாகிப் தெருவில் இருந்தார்களோ, அப்படி.

அந்நாளில் எல்டாம்ஸ் சாலையில் எனக்கு ஒரு நண்பன் இருந்தான். அவன் ஒரு வடிவமைப்பு ஓவியன். கம்ப்யூட்டர் வடிவமைப்பு புழக்கத்துக்கு வராத காலத்தில் அச்சிட்ட தாள்களை அட்டையில்

வெட்டி ஒட்டி, கையால் தலைப்புகள் எழுதி, பிலிம் எடுக்கத் தோதாக வடிவமைத்துத் தரும் பணியைச் செய்துகொண்டிருந்தான். அவன் மூலமாகத்தான் எனக்கு சுதந்திரம், தாய் போன்ற பத்திரிகைகளில் அன்று எழுத வாய்ப்புக் கிடைத்தது. அவன் மூலமாகத்தான் இந்தப் பைங்கிளிப் பதிப்பாளர்களின் அறிமுகமும் கிடைத்தது.

'இந்தப் பத்திரிகைக்கெல்லாமாடா லே அவுட் பண்ணுவ?' என்று நம்ப முடியாமல் கேட்பேன்.

'எதுக்கு பண்ணா என்ன? ஒரு இஷ்யு முடிச்சா ரெண்டாயிரம் ரூபா. கசக்குதா?' என்பான். தவிர, அந்தப் பத்திரிகைகளின் பதிப்பாளர்கள் பெரிய அளவில் கலை நயம் எதிர்பார்க்க மாட்டார்கள். ஒவ்வொரு ஒன்று விட்ட பக்கத்திலும் வலப்புறம் ஒரு பெண்ணின் படத்தை முக்கால் பக்க அளவுக்கு வைத்துவிட்டால் போதும். அது கவர்ச்சிப் படமாக இருக்க வேண்டும். எந்தெந்தப் பக்கங்களுக்கு என்னென்ன படம் என்றும் அந்தப் பதிப்பாளரே தீர்மானித்து, புகைப்படங்களின் பின்னால் பக்க எண் போட்டுக் கொடுத்துவிடுவார்.

வேறு வேறு கதை கட்டுரைகளை வடிவமைக்கும் சிரமம் இல்லை. ஒரே கதைதான். எண்பது பக்கங்களுக்கும் அதுவேதான் வரும். நடுவே ஒன்றிரண்டு பக்கங்கள் மாற்றி ஒட்டி, அச்சாகிவிட்டாலும் எந்த வாசகரும் கடிதம் எழுத மாட்டார்கள்.

'இதெல்லாம் பெரிசில்லடா. இந்த உலகத்துல லே அவுட் ஆர்ட்டிஸ்ட ஏமாத்தாம வேல முடிச்ச கையோட கூலி தர்ற ஒரே ஜாதி இவனுகதான். முப்பதாயிரம், நாப்பதாயிரம் விக்குற பத்திரிகையெல்லாம்கூட அடுத்த மாசம் வாங்கிக்கறிங்களான்னு தலைய சொறிஞ்சிக்கிட்டு நிப்பானுக பன்னாடப் பசங்க' என்பான்.

அதை நானே பார்த்திருக்கிறேன். திருவள்ளுவர் சாலையில் ஏழெட்டு எருமை மாடுகள் எப்போதும் கூடி நிற்கும் ஒரு ஸ்டோர் வீட்டின் மாடியில் உள்ள அவனது பத்துக்குப் பத்து அறையில் இரவு ஏழு மணிக்குப் பிறகு வேலை களை கட்டத் தொடங்கும். சிகரெட் புகையும் சிக்கன் பிரியாணி வாசனையும் அறையை நிறைக்கும். மேற்சொன்ன பைங்கிளிப் பதிப்பாளர்கள் ஒவ்வொருவராக அப்போதுதான் வரத் தொடங்குவார்கள். நள்ளிரவு தாண்டி இரண்டு மூன்று மணிவரைகூட இடைவிடாமல் வேலை நடக்கும். பல நாள் என் நண்பன் காலை ஆறு, ஏழு மணி வரை குனிந்த தலை

நிமிராமல் வேலை பார்ப்பான். முடித்துவிட்டு, 'எடுத்துக்கங்க சார்' என்று அவன் சொன்னதும் அரைக் கணம் கூடத் தாமதிக்காமல் பணத்தை எடுத்துக் கொடுத்துவிட்டுத்தான் ஒட்டிய அச்சுத் தாள்களை எடுத்துக் கொள்வார்கள்.

அப்போது நான் ஒரு பக்திப் பத்திரிகையில் தாற்காலிகமாகப் பணியாற்றிக்கொண்டிருந்தேன். மாதப் பத்திரிகைதான். ராசி பலன், பஞ்சாங்கக் குறிப்புகள், சங்கராச்சாரியார் அருள்வாக்கு, சிவ புராண அத்தியாயங்கள் என்று எல்லாமே ஏற்கெனவே எழுதி வைக்கப்பட்டதை மறு பிரசுரம் செய்யும் பத்திரிகை அது. மாதத்தில் இரண்டு நாள் எடிட்டோரியல் வேலை இருக்கும். ஒரு நாள் வடிவமைப்புக்காக எல்டாம்ஸ் சாலைக்குப் பக்கங்களை எடுத்துக்கொண்டு வருவேன். ஒரு மருத்துவரின் க்ளினிக்கில் டோக்கன் வாங்கிக்கொண்டு காத்திருக்கும் நோயாளிகளைப் போல அவனது அறையில் பதிப்பாளர்கள் தமது வேலையை முடித்துக்கொண்டு கிளம்பக் காத்திருப்பார்கள். 'டேய் ஒனக்கு அவசரம் இல்லியே? நீ உக்காரு' என்று என்னைப் பார்த்துச் சொல்வான். நான் தரையில் குவிந்துகிடக்கும் பத்திரிகைக் குவியலின் மீதே படுத்துக்கொண்டு அவன் ஒட்டி ஒட்டிப் போடும் அச்சுத் தாள்களைப் படித்துக்கொண்டிருப்பேன்.

அந்நாள்களில் சில நுறு பைங்கிளி நாவல்களையாவது அவனது அறையில் இருந்தபோது வாசித்திருப்பேன். எனக்குத் தீராத வியப்பு என்னவெனில், பதிப்பாளர்களாகவும் ஆசிரியர்களாகவும் இருக்கும் அந்தந்த பைங்கிளி உரிமையாளர்களே அவரவர் பத்திரிகையின் எழுத்தாளர்களாகவும் இருந்தது. மனச்சாட்சிக்கு விரோதமின்றிச் சொல்வேன். இன்று எழுதும் யாரை விடவும் அவர்களுக்கு மொழி வளம் அதிகம். கற்பனை வளம் அதிகம். கதை சொல்லும் திறமை அதிகம். ஒரு எளிய கிளுகிளுப்புக் கதையில் இருபது முப்பது திருப்பங்களையாவது எப்படியேனும் வைத்துவிடுவார்கள். சித்தியுடன் உறவு, டீச்சருடன் உறவு, எதிர்வீட்டு அக்காவுடன் உறவு, பாத்ரூமில் உறவு, சமையலறையில் உறவு, தோட்டத்தில் உறவு, கிணற்றுக்குள் உறவு, துள்ளிக்கொண்டு வெளியே பாயும் முயல் குட்டிகள், பருத்த பிருஷ்ட பாகங்கள், தடித்த வடை போன்ற தொடைகள் போன்ற கூறியது கூறல் அனைத்துக் கதைகளிலும் இருக்கும் என்றாலும், அதை மீறி

கொடுக்கும் காசுக்குக் குறை வைக்காமல் ஏதோ ஒன்றைத் திணித்துத் தந்துவிடுவார்கள்.

நண்பனின் அறையில் சுமார் ஓராண்டுக் காலம் என்னை அடிக்கடி பார்த்த பழக்கத்தில் அந்தப் பதிப்பாளர்களில் சிலரும் எனக்கு நண்பர்களானார்கள். 'சார் நம்ம புக்கு இந்த இஷ்யு படிச்சிங்களா? நல்லாருந்துச்சிங்களா?' என்று அக்கறையுடன் விசாரிப்பார்கள். பதிலே சொல்ல முடியாத கேள்வி அது. ஒரு கதை நன்றாக இருந்ததா இல்லையா என்பதைப் பொதுவாக மனம்தான் மதிப்பிட வேண்டும். ஆனால் இந்தக் கதைகளை ஓர் உடலுறுப்பு அல்லவா மதிப்பிட்டு அறிவிக்க வேண்டும்? ஒரு ஏகாந்த மனநிலை, சிறிதளவு கள்ளத்தனம், யாராவது பார்த்துவிடுவார்களோ என்ற அச்சம், அனைத்தைக் காட்டிலும் முக்கியமாக, உறங்கி எழுந்தால் பிழைப்பு என்ன என்கிற கவலை இல்லாத தற்கணம். இவை அனைத்தும் அந்தக் கதைகளை ரசித்துப் படிக்க அவசியத் தேவை என்று நினைக்கிறேன்.

துரதிருஷ்டவசமாக அன்று எனக்கு இவற்றில் எதுவுமே இல்லாதிருந்தது. வாழ்வு குறித்த நிச்சயமின்மை ஒவ்வொரு வினாடியும் அச்சுறுத்திக்கொண்டிருந்தது. நண்பன், தாய் பொறுப்பாசிரியராக இருந்த ரகுநாத்தை அறிமுகப்படுத்தி, அந்தப் பத்திரிகையில் எழுத வாய்ப்பு வாங்கித் தந்திருந்தான். ஒரு பக்கம் பிரசுரமானால் முப்பது ரூபாய் சன்மானம். ஓர் இதழில் அதிகபட்சம் ஐந்து பக்கங்கள் வரை எழுதலாம். அது ஒரே கட்டுரையானாலும் சரி; ஐந்து கட்டுரைகளானாலும் சரி. எழுதக் கிடைத்த வாய்ப்பைவிட, வாரம் தோறும் அங்கே எனக்குக் கிடைத்த அதிகபட்சத் தொகையான நூற்றைம்பது ரூபாயை விட, பல முக்கியமான படைப்பாளிகளைத் தாய் அலுவலகத்தில் சந்திக்கக் கிடைத்த வாய்ப்பைப் பெரிய கௌரவமாக நினைத்தேன். இன்று வரை என்னுடன் நட்பிலும் தொடர்பிலும் இருக்கும் பல எழுத்தாளர்கள் அன்றைக்குத் தாயில் அறிமுகமானவர்கள்தாம்.

இந்த விவரமெல்லாம் அந்தப் பைங்கிளி பதிப்பாளர்களுக்குத் தெரியாது. அவர்களைப் பொறுத்தவரை நான் வடிவமைப்பாளரின் நண்பன். எழுதக் கூடிய இளைஞன்.

ஒருநாள் ஒருவர் என்னிடம் கேட்டார். 'ஏன் சார், தாய்ல உங்களுக்கு எவ்ளதர்றாங்க?'

சொன்னேன்.

'முப்பதா? வேஸ்டு சார். நமக்கு எழுதறிங்களா சொல்லுங்க. ஒரு கதைக்கு ஐந்நூறு ரூபா தரேன்.'

அது அன்று நான் அறிந்த ஓர் எண் மட்டுமே. பணமாக, மொத்தமாகக் கண்டதே இல்லை. அவர் கேட்கும் ரகத்திலான கதை ஒன்றை எழுதிக் கடாச எனக்கு ஒன்றரை மணி நேரம் போதும். அவர் படித்துக் கூடப் பார்க்காமல் பிரசுரிப்பார் என்பதை அறிவேன். தவிர அந்தப் பத்திரிகையில் பெயர் வராது. எழுத்தாளர் யார் என்று யாரும் கேட்கப் போவதில்லை.

'கண்ண மூடிக்கிட்டு நாலு கதை எழுதித் தந்துருங்க சார். ரெண்டாயிரம் பல்க்கா குடுத்துடுறேன். எனக்கும் நாலு மாசம் எளுதற வேல மிச்சம். என்ன சொல்றிங்க?'

என்ன சொல்ல? ஒரு புன்னகையில் அந்த உரையாடலை முடித்துவிட்டு எழுந்து போய்விட்டேன்.

அந்த ஆண்டுதான் பர்மா பஜாரில் பல்லாயிரக் கணக்கான செக்ஸ் விடியோ கேசட்டுகள் உலகெங்கிலும் இருந்து வந்து குவியத் தொடங்கின. அவை உடனே புரசைவாக்கம் நிலவறை எலக்டிரானிக் கடைகளுக்கும் ரங்கநாதன் தெரு சத்யா பஜாருக்கும் வந்து, நகரம் முழுவதும் சீராக வினியோகிக்கப்பட்டன. சென்னை நகரத்து இளைஞர்கள் பைங்கிளிப் பத்திரிகைகளை மொத்தமாகக் கைவிட்டு விடியோக்களில் மூழ்க ஆரம்பித்தார்கள். ஒரு சில மாதங்களிலேயே இந்த மாற்றத்தைக் கண்கூடாகப் பார்க்க முடிந்தது. எல்டாம்ஸ் சாலை பதிப்பாளர்கள் தவித்துப் போனார்கள். விலைக் குறைப்பு, நடுவே வண்ணப்படங்கள் உள்ள பக்கங்கள், அதிகப் பக்கங்களில் கூடுதலாக ஒரு கதை என்று என்னென்னவோ முயற்சி செய்தார்கள். எதுவும் எடுபடவில்லை. எனக்குத் தெரிந்த சுமார் முப்பது பத்திரிகைகளில் பெரும்பாலானவை அடுத்த ஆண்டுக்குள் நிறுத்தப்பட்டுவிட்டன. அந்தப் பதிப்பாளர்கள் சிறிது காலம் குடித்துவிட்டுப் புலம்பிக் கொண்டிருந்தார்கள். பிறகு சோதிடப் பத்திரிகை நடத்தப் போய்விட்டார்கள்.

–

சோபா சீட்

தரமணி மத்திய தொழில்நுட்பக் கல்லூரியில் படித்துக் கொண்டிருந்த காலத்தில் எனக்கும், எனக்கு நண்பர்களாக இருந்த சக மக்குப் பையன்களுக்கும் பொதுவாக ஒரு கவலை இருந்தது. எதிர்காலம் என்னவாக இருக்கும் என்பதே அது. இந்தக் கவலை பெரும்பாலும் செமஸ்டர் பரீட்சைகள் நெருங்கும்போது

சிறிது தீவிரமாக வரும். அதுவரை வாழ்ந்து முடித்த அவல வாழ்வை மொத்தமாக மறந்துவிட்டு, இனியேனும் உருப்படியாக என்ன செய்யலாம் என்று சிந்திப்பதற்காக நாங்கள் அடிக்கடி ப்ளூ டயமண்ட் திரையரங்கத்துக்குச் செல்வது வழக்கம்.

1964 முதல் *1994*ம் ஆண்டு வரை சென்னையின் முக்கியமான அடையாளங்களுள் ஒன்றாக விளங்கிய சஃபையர் திரையரங்க வளாகத்தில்தான் (இந்தியாவின் முதல் *70* எம்.எம். திரை) ப்ளூ டயமண்ட் அரங்கமும் இருந்தது. இந்த அரங்கத்தில் கேள்விப்பட்டிராத ஆங்கிலப் படங்களைத்தான் எப்போதும் திரையிடுவார்கள். போஸ்டர்களில் *A* என்று போட்டிருப்பார்கள். ஆனால் படம் பெரும்பாலும் ஆசாரமானதாகவே இருக்கும். பெரிய கூட்டம் வராது. அநேகமாக ஒவ்வொரு வரிசையிலும் இரண்டு பேர் அல்லது மூன்று பேர் மட்டும்தான் இருப்பார்கள்.

காலை ஒரு டிக்கெட் வாங்கிக்கொண்டு உள்ளே போய்விட்டால் இரவுக் காட்சி வரை அது செல்லுபடியாகும். ஒரே படத்தைத் திரும்பத் திரும்பப் பார்க்கலாம். அல்லது குளிர் சாதன வசதியைப் பயன்படுத்திக்கொண்டு இருக்கையில் சரிந்து படுத்துத் தூங்கலாம். நண்பர்களோடு செல்பவர்கள் தொந்தரவின்றி நாள் முழுவதும் பேசிக் களிக்கவும் எந்தத் தடையும் இல்லை.

ப்ளூ டயமண்ட் திரையரங்கத்தின் இன்னொரு சிறப்பு, அங்கு செய்யப்பட்டிருந்த 'சோபா சீட்' வசதி.

இரண்டு நாற்காலிகளை இணைத்துப் போடப்பட்ட அளவுக்குத்தான் அந்த இருக்கை இருக்கும் என்றாலும் இடைவெளி இன்றி இருவர் ஒன்றாக அமர்ந்து படம் பார்க்க அன்றைய தேதியில் மாநிலத்தில் வேறு எந்தத் திரையரங்கிலும் வசதி கிடையாது. இதனால் ப்ளூ டயமண்ட் திரையரங்கம் காதலர்களின் சொர்க்கமாக விளங்கியது. விடிந்து எழுந்து குளித்து, உடுத்தி, அவசரமாகச் சிற்றுண்டி முடித்துவிட்டு, அரக்கப் பரக்க பஸ் பிடித்து டி.எம்.எஸ்ஸில் இறங்கி ஓட்டமும் நடையுமாக வந்து சேருவார்கள். ஜோடிகளின் ஆண் தரப்பு சிறிது முன்னதாகவே வந்திருந்து டிக்கெட் வாங்கி வைத்திருப்பார்கள். அடுத்த ஐந்து வினாடிகளுக்குள் அரங்கத்தினுள் நுழைந்துவிடாவிட்டால் போலிஸ் தடியடிக்குச் சிக்க வேண்டிவருமோ என்று தோன்றுகிற வேகத்தில் உள்ளே ஓடி இருளில் மறைவார்கள்.

அப்போதெல்லாம் காதலிப்பவர்களைப் பார்த்துக்கொண்டிருப்பது சுய இரக்கத்தை அதிகரித்து, துயரத்தின் போதையில் நெடு நேரம் ஊறித் திளைக்க ஒரு வழி. பொதுவாக ப்ளூ டயமண்ட் திரையரங்கில் திரைப்படங்கள் அனாதைப் பிள்ளைகளைப் போலத்தான் கதறிக்கொண்டிருக்கும். பார்வையாளர்கள் அதைப் பொருட்படுத்தவே மாட்டார்கள். அவரவர் ஒரு வாழ்நாளில் பேசி முடிக்க வேண்டிய அனைத்தையும் அன்று ஒரு நாளில் பேசித் தீர்த்துவிடும் முடிவுடன் வந்தாற்போலத்தான் தோன்றும். அப்படிப் பேசிக்கொண்டிருப்பவர்களைப் பார்த்துக்கொண்டே இருப்பேன். காதலிக்கும் பெண்கள் சில சமயம் குமுறிக் குமுறி அழுவார்கள். அருகே அமர்ந்திருக்கும் காதலன் அவளுக்கு ஆறுதல் சொல்வான். ஒரு கையை அவளது மறு தோளில் போட்டு அரவணைத்துக்கொள்வான். அவளும் அதற்காகக் காத்திருப்பவள்

போல அவன் தோளில் சாய்ந்து மீண்டும் அழுவாள். நடுவே ஓரிரு முறை காதலனாக இருப்பவன் வெளியே சென்று பாப்கார்ன் அல்லது காப்பி வாங்கி வந்து அவளுக்குத் தருவான். அவள் சாப்பிட்டுவிட்டு மீண்டும் அழுவாள். ஆனால் வெளியே போகும்போதுஎப்படியோஇருவரும்சிரித்தபடிதான்போவார்கள். நானும் என் நண்பர்களும் மட்டும் உள்ளே வந்தபோது எப்படிக் கவலையுடன் இருந்தோமோ, அதே போலத்தான் வீட்டுக்குப் போகும்போதும் இருப்போம்.

எல்லா காதலிகளும் இப்படி இருப்பதில்லை. நாள் முழுவதும் ரகசியக் குரலில் கிசுகிசுத்துக்கொண்டும் சீண்டிக்கொண்டும் சிரித்துக்கொண்டும் இருப்பவர்களும் வருவார்கள். என்னைப் போன்ற ஒண்டிகள் படத்தைப் பார்க்காமல் அவர்களையே பார்த்துக்கொண்டிருப்பது அவர்களுக்குத் தெரியும். இருந்தாலும் பொருட்படுத்த மாட்டார்கள். இருளில் முகம் தெரியாது என்கிற நம்பிக்கையோ, அப்படியே தெரிந்தாலும் நாம் தெரிந்தவர்களாக இருக்க மாட்டோம் என்கிற நம்பிக்கையோ அவர்களுக்கு வலுவாக இருக்கும். அப்படித் தெரிந்தவர்களாகவே இருந்தால் மட்டும் என்ன? தனக்கொரு திருட்டுத்தனம் என்றால் எதிராளிக்கு வேறொரு திருட்டுத்தனம். சக திருடர்கள் அப்படியெல்லாம் அவசரப்பட்டுக் காட்டிக்கொடுத்துவிட மாட்டார்கள்.

ஒருநாள் ப்ளூ டயமண்ட் திரையரங்கில் 'உமா' என்ற பத்திரிகையின் ஆசிரியராக இருந்த உமாபதி அவர்களைச் சந்தித்தேன். முன்னதாக, திருவல்லிக்கேணி பாரதி இல்லத்தில் நடைபெற்ற ஒரு விழாவில் அவரைப் பார்த்திருந்ததால் உடனே அடையாளம் தெரிந்துவிட்டது. பத்திரிகை ஆசிரியர் என்று தெரியுமே தவிர, அவர்தான் ப்ளூ டயமண்டில் இருந்து சிறிது தொலைவில் இருந்த ஆனந்த் திரையரங்கத்துக்கு உரிமையாளர் என்பது அப்போது எனக்குத் தெரியாது. யாரோ ஒரு நண்பருடன் அவர் படம் பார்க்க வந்திருந்தார். வெளிச்சத்தில் கண்டதைவிட, இருட்டில் மிகவும் உயரமாகத் தெரிந்தார். அவர் உட்கார்ந்திருந்ததே நிற்பது போலத்தான் இருந்தது. வெள்ளை ஜிப்பாவும் வேட்டியும் அணிந்திருந்தார்.

ப்ளூ டயமண்டில் அன்று திரையிடப்பட்டிருந்த படம் 'எமரால்ட் ஃபாரஸ்ட்'. படம் தொடங்கி இருபது நிமிடங்களுக்குப் பிறகுதான்

அவர் அங்கு வந்தார். ஐந்து பத்து நிமிடங்கள் படத்தைப் பார்த்துக் கொண்டிருந்தவர், பிறகு உடன் வந்த நண்பருடன் தீவிரமாக ஏதோ விவாதிக்கத் தொடங்கிவிட்டார். எனக்கு மிகவும் பரபரப்பாகிவிட்டது. செமஸ்டர் கவலையில்தான் நான் திரையரங்கத்துக்கு வந்திருக்கிறேன் என்பது மறந்துவிட்டது. எப்படியாவது அவருடன் அறிமுகம் செய்து கொண்டுவிட வேண்டும் என்று நினைத்தேன்.

அரங்கத்தைவிட்டு வெளியே வந்து, அங்குள்ள சிறுதீனிக் கடைக்காரரிடம் ஒரு பேப்பரும் பேனாவும் வாங்கி அவசர அவசரமாக ஒரு கவிதை எழுதினேன். அது என்ன கவிதை என்பது இப்போது நினைவில்லை. ஆனால் அப்போது மறக்காமல் என் பெயர், முகவரியை அதில் குறிப்பிட்டேன். அது நினைவிருக்கிறது. எழுதியதை ஏழெட்டு முறை படித்துப் பார்த்தேன். அவசரத்தில் எழுதினாலும் கவிதை நன்றாக வந்திருந்தது போலவே தோன்றியது. இடைவேளையில் உமாபதி வெளியே வந்தபோது பாய்ந்து சென்று அவர்முன் நின்று வணக்கம் சொன்னேன்.

‘யாரு தம்பி?’

என்னை அறிமுகப்படுத்திக்கொண்டு கவிதையை எடுத்து நீட்டினேன்.

‘அடடே. கவிதையெல்லாம் எழுதுவிங்களா?’

படிக்கப் போவது போலப் பிரித்து வைத்துக்கொண்டாரே தவிர படிக்கவில்லை. தாளின் நான்கு முனைகளையும் நீவிவிட்டு, அழகாக மடித்து ஜிப்பா பாக்கெட்டில் வைத்துக்கொண்டார். பிறகு, 'என்ன பண்ணுறிங்க?' என்று கேட்டார்.

‘மெக்கானிக்கல் இஞ்சினியரிங் சார்’ என்று சொன்னேன். டிப்ளமோ கோர்ஸ் என்பதைச் சொல்லவில்லை.

‘அருமை அருமை. படம் பாருங்க. இது நல்ல படம். நான் ரெண்டு தடவை பார்த்துட்டேன்’ என்றார். அவர் சொன்னதை வேதவாக்காக எடுத்துக்கொண்டு இரண்டாம் பாதி எமரால்ட் ஃபாரஸ்டை மிகவும் கவனமாகப் பார்த்தேன். அந்தளவு கவனத்தை ஃப்ளூயிட் மெக்கானிக்ஸ் வகுப்பிலும் ப்ரொடக்‌ஷன் எஞ்சினியரிங் வகுப்பிலும் செலுத்தியிருந்தால் எண்பது சதமான மதிப்பெண் உறுதி என்று தோன்றியது.

படம் முடிந்ததும் அதைக் குறித்து உமாபதி அவர்களிடம் என்னென்ன பேசவேண்டும் என்றெல்லாம் மனத்துக்குள் ஒத்திகை பார்த்து வைத்திருந்தேன். ஆனால் துரதிருஷ்டவசமாக, நான் கவனிக்காத சமயத்தில் அவர் பாதியிலேயே எழுந்து வெளியே போய்விட்டிருந்தார்.

பின்னொரு நாள் ஆனந்த் திரையரங்க வளாகத்தில் இருந்த உமா பத்திரிகை அலுவலகத்தில் அவரை நேரில் சந்தித்தேன். அப்போது செமஸ்டர் தேர்வுகள் முடிந்திருந்தன. எப்படியும் தோல்வி உறுதி என்று தெரியும். ஏதாவது ஒரு பத்திரிகையில் வேலை தேடிக்கொண்டு என் கல்வித் தோல்வியை வீட்டில் சொல்லலாம் என்று நினைத்து, பல பத்திரிகை அலுவலகங்களுடன் துவந்த யுத்தம் செய்துகொண்டிருந்தேன்.

உமாபதிஎன்னைஅன்போடுஅழைத்துப்பேசினார்.ப்ளூடயமண்ட் திரையரங்கத்தில் அவரைச் சந்தித்ததை நினைவூட்டினேன்.

'அப்படியா தம்பி? நாம பாத்திருக்கமா?' என்றார்.

நின்ற வாக்கில் மூன்று நிமிடங்களில் நான் எழுதிக் கொடுத்த கவிதையை நினைவூட்டினேன். இது அவருக்குச் சிறிது நினைவிருந்தது.

'அடட, ஆமால்ல? படிச்சனே. நல்லாருந்ததே? பப்ளிஷ் பண்ணலான்னு நினைச்சி எடுத்து வெச்சேன். எங்க வெச்சேன்னு தெரியல தம்பி' என்று சொன்னார்.

அவரது அறையில் பல நூற்றுக் கணக்கான தாள்கள் ஓரத்தில் துளையிடப்பட்டு ட்வைன் நூலால் கட்டப்பட்டு ஒரு ஓரமாகக் குவிக்கப்பட்டிருந்ததைக் கண்டேன். அனைத்தும் கதைகள், கவிதைகளாகத்தான் இருந்திருக்க வேண்டும். தேடினால் என்னுடையதும் அதில் இருக்கலாம். ஆனால் தொலைவது விதியாக இருக்குமானால் அதை அப்படியே விட்டுவிடுவதுதான் சரி. நூற்றுக்கணக்கான தாள்களின் குவியலில் என்னுடையதும் கலந்திருக்கலாம் என்று அவருக்கும் தோன்றலாம். நான் சென்ற பின்பு தேடிப் பார்க்கவும் செய்யலாம். அப்போதும் அது கிடைக்காமல்தான் போகும் என்று தோன்றியது.

ஆனால் அவர் தேடியிருக்க நேரம் கிடைத்திருக்காது என்று விரைவிலேயே தெரிந்துவிட்டது. சில நாள்களிலேயே அவர்

அக்னி நட்சத்திரம் படத்தில் நடிப்பதாகச் செய்தி வந்தது. உமா பத்திரிகையும் பிறகு வந்ததாகத் தெரியவில்லை.

சஃபையர், ப்ளூ டயமண்ட், எமரால்ட் தியேட்டர்களுமே அப்படித்தான் கண்ணெதிரே இருந்து, காணாமல் போயின. அந்த இடத்தில் அதிமுக அலுவலகம் வரப் போகிறது என்றார்கள். பிறகு பேய் நடமாட்டம் இருப்பதால் திட்டம் கிடப்பில் போடப்பட்டுவிட்டது என்றார்கள். அண்ணா சாலையில் ஒவ்வொரு நாளும் லட்சக்கணக்கான மக்கள் இரவும் பகலும் நடமாடிக்கொண்டுதான் இருக்கிறார்கள். யாரையும் அந்தப் பேய் இதுவரை துன்புறுத்தியதாகத் தெரியவில்லை.

உமாபதி அக்னி நட்சத்திரத்தில் நடிக்கப் போனபோதே எனக்கும் தாயில் எழுத வாய்ப்புக் கிடைத்து, பக்கத்துக்கு முப்பது ரூபாய் உத்தரவாதமானது. ப்ளூ டயமண்ட் காதலர்களுக்குத்தான் குறைந்த செலவில் நாள் முழுதும் குளிர்சாதன வசதியுடன் காதலிக்க அப்படி ஒரு சௌகரியமான இடம் கிடைக்காமலே போய்விட்டது.

–

பெருந்துயரம்

அடையாறு துர்காபாய் தேஷ்முக் மருத்துவமனைக்கு எதிரே முதல் முதலாக ஒரு தொழுநோயாளியைக் கண்டேன். அப்போது எனக்கு ஐந்து வயது இருக்கலாம். அந்த நபரின் தோற்றம் அன்று எனக்கு அளித்த அதிர்ச்சி இன்னும் நினைவிருக்கிறது. புதைத்துச் சிதைந்து போன ஒரு பிரேதம் எழுந்து நடமாடத் தொடங்கியது போலிருந்தது. மறக்கவே முடியாது. (இதன் தலைகீழ் உண்மையாக யதியில் பெண்ணின் பிணத்தைத் தோண்டி எடுக்கும் காட்சி ஒன்றை விரிவாக எழுதியிருப்பேன். அதை எழுதும்போது எனக்கு அடையாறில் கண்ட மனிதர்தான் நினைவில் இருந்தார்.) அதன்பின் ஒரு குறிப்பிட்ட காலக்கட்டம் வரை எங்கே சென்றாலும் யாராவது ஒருவர் அல்லது ஒன்றுக்கு மேற்பட்ட தொழுநோயாளிகள் கண்ணில் பட்டுக்கொண்டே இருந்தார்கள்.

அது என் பிரமைதான். நகரத்தில் உலவும் நபர்களில் நூறில் ஒருவர் தொழுநோயாளி என்றொரு எண்ணம் மனத்தில் அழுத்தமாகப் பதிந்தது. ஆனால், அன்று அவர்கள் அதிகம் என்பதில் சந்தேகமில்லை. மருத்துவமனைகள், சிகிச்சைகள் இருந்தன என்றாலும் நகரெங்கும் அவர்கள் நடமாட்டம் இருந்தது. கடைகளில், உணவகங்களில், பூங்கா, திரையரங்கம் போன்ற பொது இடங்களில் - மெரினா கடற்கரையில்கூடத் தொழுநோயாளிகள்

தென்பட்டால் 'ஏய், போ.. போ' என்று மக்கள் விரட்டுவதைப் பார்த்திருக்கிறேன். சில டீக்கடைகளில் மட்டும்தான் அவர்கள் டீ வாங்கிக் குடிக்க முடியும். அதுவும், குவளையை அவர்களே கொண்டுவரவேண்டும். கடைக்காரர் இரண்டடி உயரத்தில் இருந்து தேநீரை ஊற்றுவார். அதை வாங்கிக் குடித்துவிட்டு, காசை அவர் ஒரு ஓரமாக வைத்துவிட்டுப் போவார். அதன்பின் கடைக்காரர் அந்தக் காசின்மீது ஒரு கிளாஸ் தண்ணீரை வீசிக் கொட்டிவிட்டு எடுத்து உள்ளே வைத்துக்கொள்வார்.

கேளம்பாக்கத்தில் இருந்தபோது வாரம் ஒருமுறை குடும்பத்துடன் சைதாப்பேட்டைக்குச் செல்வோம். இரு தரப்பு உறவினர்களும் அங்கேதான் அப்போது வசித்து வந்தார்கள். பெரும்பாலும் சனிக்கிழமை அதிகாலை பஸ் பிடித்து ஏழு, ஏழரை மணி வாக்கில் தாடண்ட நகர் பேருந்து நிறுத்தத்தில் இறங்கி நடக்கத் தொடங்கினால் பதினைந்து நிமிடங்களில் பாட்டி வீடுகள் வந்துவிடும். பெருமாள்கோயில் தெருவில் ஒரு பாட்டி. ராமானுஜம் பிள்ளைத் தெருவில் ஒரு பாட்டி. என் தந்தை நியாயஸ்தர். ஒரு வாரம் அவரது அம்மா வீட்டுக்கு முதலில் அழைத்துச் சென்றார் என்றால் மறுவாரம் அம்மா வழிப் பாட்டி வீட்டுக்கு முதலில் செல்வோம். பாட்டி வீடு என்பது ஒரு மையக் கேந்திரம் மட்டும்தான். மாமாக்கள், சித்திகள், அத்தைகள், பெரியப்பாக்கள் அனைவருமே அங்கேதான் அருகருகே குடியிருந்தார்கள். ஒவ்வொரு வாரமும் இரு தரப்பு உறவினர்கள் அனைவரையும் சந்தித்துவிட்டு ஞாயிறு இரவு மீண்டும் கேளம்பாக்கத்துக்குத் திரும்பிவிடுவது வழக்கம். அந்நாளில் எனக்குச் சுற்றுலா, பொழுதுபோக்கு, கேளிக்கை, ஓய்வு அனைத்தும் அந்த வாராந்திர சைதாப்பேட்டை பயணங்கள் மட்டும்தான். உறவுக்காரர்கள் எப்போதாவது எங்காவது வெளியே அழைத்துச் சென்றால் உண்டு. என் தந்தை அழைத்துச் செல்லும் ஒரே இடம் சைதாப்பேட்டையாக மட்டுமே இருந்தது.

அப்படி ஒருநாள் காலை சைதாப்பேட்டை பேருந்து நிலையத்தில் இறங்கி பாட்டி வீட்டுக்கு நடந்து சென்றுகொண்டிருந்தபோது, ரசாக் மார்க்கெட்டுக்கு அருகே ஒரு தொழுநோயாளி எதிரே வந்தார். பொதுவாகத் தொலைவில் அவர்களைப் பார்த்துவிட்டாலே என் தந்தைசிறிதுபதற்றமாகிஎன்கையைப்பிடித்துக்கொண்டுவிடுவார். ஏனோ அன்று அப்படிச் செய்யாமல் தயங்கி நின்றார். நான் அவர் முகத்தைப் பார்த்தேன். ஒரு சங்கடம் தெரிந்தது. இதெல்லாம்

சில வினாடிகளுக்குள் நிகழ்ந்துவிட்டது. அதற்குள் அந்தத் தொழுநோயாளி எங்களுக்கு மிக அருகே வந்துவிட்டார். நன்கு அறிமுகமான நபரைப் போல அப்பாவைப் பார்த்து ஈ என்று பற்கள் தெரியச் சிரித்தார். அப்பா சட்டென்று பாக்கெட்டில் இருந்து ஐந்து ரூபாய் நோட்டு ஒன்றை எடுத்து அவரிடம் கொடுத்து, 'போய் டிபன் சாப்டு. குடிச்சி அழிச்சிடாத' என்று சொல்லிவிட்டு 'போலாம்' என்று எங்களைப் பார்த்துச் சொன்னார்.

எனக்கு அது நம்ப முடியாத அதிர்ச்சி. பிச்சை கேட்போருக்கு என் தந்தை பத்து காசுக்கு மேல் போட்டு நான் கண்டதில்லை. அதுவேகூட எப்போதாவது நிகழ்வதுதான். பெரும்பாலும் சில்ற இல்லப்பா என்று சொல்லியபடியே அவர்களைக் கடந்துவிடுவது அவர் வழக்கம். அவர் கஞ்சர் இல்லை. வெளியே கிளம்பும்போது என்னென்ன செலவு இருக்கும் என்று எண்ணி எழுதி வைத்துக்கொண்டு அதற்கு மட்டுமே பணம் கொண்டு செல்லும் வழக்கம் உள்ளவர். அதிகப்படியாக ஐந்து காசு செலவிடக்கூட யோசிப்பார். தவிர, பெரிய குடும்பம், பெரிய பொறுப்புகள், சிறிய சம்பளம் என்று அவருக்கான நியாயங்கள் பணத்தைவிட அதிகமாக அவரிடம் எப்போதும் இருக்கும்.

அப்படிப்பட்ட மனிதர், ஒரு தொழுநோயாளியின் அருகே நின்றதும், அவருடன் பேசியதும், அவருக்கு ஐந்து ரூபாய் கொடுத்ததும் எனக்கு நம்ப முடியாததாக இருந்தது. அந்த நோயாளியின் வயதை யூகிக்க முடியவில்லை. ஒரே பார்வையில் முதியவர் போலவும், இளைஞனைப் போலவும் தென்பட்டார். கைகளில் பல விரல்கள் அழுகி உதிர்ந்திருந்ததைக் கண்டேன். மூக்கின் மையத்தில் சீழ் வடிந்துகொண்டிருந்தது. நெற்றியிலும் நோய் பாதிப்பு தெரிந்தது. ஒரு கண் லேசாக மூடியே இருந்தது. ஒரு காலை அழுக்குத் துணியில் சுற்றி, மறு காலில் மட்டும் ஒரு ரப்பர் செருப்பு போட்டிருந்தார். கிழிந்த ஆடையும் வாரப்படாத தலையும் வீதிப் புழுதி அப்பிய எண்ணெய்ப் பசை முகமுமாகத் தோற்றமளித்த அந்த நபர் யார் என்று கேட்டேன்.

அவர் எனக்குத் தந்தை வழியில் ஓர் உறவுக்காரர்.

இந்தச் சம்பவம் நடந்தபோது எனக்குப் பதினொரு வயது. அன்று நான் அடைந்த அதிர்ச்சியை விவரிக்கவே முடியாது. ஏனென்றால்

அப்படி ஒரு உறவினர் எனக்கு இருக்கிறார் என்கிற விவரமே அன்றுதான் தெரியும். 'என்ன ஆச்சுப்பா அவருக்கு?' என்று கேட்டேன்.

தொழுநோய் என்று தெரிந்ததும் மருத்துவமனையில் கொண்டு சேர்த்திருக்கிறார்கள். ஆனால் அங்கு இருக்க விரும்பாமல் அவர் ஓடி வந்திருக்கிறார். திரும்பத் திரும்ப மருத்துவமனைக்குக் கொண்டு விடுவதும், மீண்டும் மீண்டும் அவர் அங்கிருந்து தப்பித்து ஓடி வந்ததும் தொடர்ந்து நடந்திருக்கிறது. 'வியாதியோடவே இருந்துடுறேனே. அந்த ஆஸ்பத்திரிக் கொடுமைய சகிக்க முடியலை' என்று சொன்னாராம்.

வியாதியுடன் அவரால் வீட்டில் இருக்க முடியாமல் போனது. பெற்றோர் காலமாகியிருக்க, திருமணமாகிச் சென்னைக்குக் குடிவந்த அக்காவுடனேயே அவரும் வந்திருக்கிறார். அக்காவின் கணவர், ஆதரவற்ற தனது மைத்துனரைத் தன் வீட்டிலேயே வைத்துக் காப்பாற்றிக்கொண்டிருந்திருக்கிறார். நன்றிக்கடனாக இந்த மனிதர் வேறென்ன செய்ய முடியும்? தன் மூலம் யாருக்கும் அந்த நோய் பரவிவிட வேண்டாம் என்று அவரே ஒருநாள் வீட்டை விட்டு வெளியேறியிருக்கிறார். மூன்று பெண் குழந்தைகளையும் ஒரு ஆண் குழந்தையையும் வைத்துக்கொண்டு தம்பியைப் போகாதே என்று சொல்லவும் முடியாமல் தனக்குள் புழுங்கிப் புழுங்கி அவரது அக்கா ஆஸ்துமா நோயாளி ஆகிப் போனாள்.

வீட்டை விட்டுப் போனவருக்கு சக தொழு நோயாளிகள் அடைக்கலம் அளித்திருக்கிறார்கள். ஒரு சமூகமாக அவர்கள் அலைந்து திரிவதும் பிச்சை எடுத்து வாழ்வதுமாக வாழ்க்கை திசை மாற்றிச் செலுத்தி விரைவில் கொண்டு சேர்த்துவிட்டது.

மிகப் பல வருடங்களுக்குப் பிறகு லிவிங் ஸ்மைல் வித்யாவின் வாழ்வனுபவங்களை அவரிடம் கேட்டு எழுதியபோது (நான் வித்யா, கிழக்கு பதிப்பகம்) எனக்கு அந்த உறவினர்தான் நினைவுக்கு வந்தார். வீட்டைவிட்டு வெளியேறிய பின்பு புதியதொரு உலகும் உறவும் சேரத் தொடங்கிய கட்டத்தை வித்யா விவரித்தபோது ஒன்று புரிந்தது. வசித்தல் எளிது. வாழ்கிறோமா என்பதுதான் விதி விடுக்கும் சவால். பிரச்னை வேறு வேறுதான். ஆனால் கொடூரம் என்று பார்த்தால் ஒரு தொழுநோயாளிக்கு

நேர்ந்திருக்கக்கூடியவற்றைவிட மூன்றாம் பாலினத்தவருக்கு அதிக சிக்கல்கள் உண்டாகியிருக்கும். வித்யாவால் போராடி மேலே வர முடிந்தது. என்னுடைய அந்த உறவுக்காரருக்கு அது முடியாமல் போய்விட்டது.

பின்பொரு சமயம் சென்னையில் தொழுநோயாளிகள் மூலமாகத்தான் கஞ்சா விற்பனை நடக்கிறது என்று என் நண்பரும் எழுத்தாளருமான ம.வே. சிவகுமார் சொன்னார். ரிசர்வ் பேங்க் சுரங்கப்பாதை அருகிலும் எழும்பூருக்கும் சேத்துப்பட்டுக்கும் இடைப்பட்ட இருப்புப்பாதை வழியில் நிற்கும் கூட்ஸ் வண்டிகளின் அருகிலும் மயிலாப்பூர் நாகேஸ்வர ராவ் பூங்காவுக்கு வெளியிலும் வியாபாரம் நடப்பதை அவர் நேரிலும் காட்டியிருக்கிறார். (இறவானில் இக்காட்சி வரும்.) உறவற்றுப் போனவர்களுக்கு உயிர் பிழைக்க இருந்த ஒரே வழி அதுதான் என்று சிவகுமார் சொன்னார். வேறு யார் எந்த வேலையைத் தருவார்கள்? அல்லது வேறு எந்த வேலையை அவர்களால் அமர்ந்த இடத்தில் செய்ய முடியும்? துயரம்தான்.

இன்றுமேகூடச் சென்னையின் சில இடங்களில் திடீரென்று தொழுநோயாளிகள் தென்படுகிறார்கள். பெரும்பாலும் செண்ட்ரல் ரயில் நிலையத்தைச் சுற்றிய பகுதிகளிலும் கோடம்பாக்கம் மேம்பாலத்துக்குக் கீழேயும் பார்க்கிறேன். எழுபதுகளில் பிறந்த தலைமுறையைச் சேர்ந்தவர்கள். ஆனால் முன்னளவு இல்லை. முதியவர்கள் இல்லை. வராதிருக்கத் தடுப்பூசிகள், வந்துவிட்டால் குணப்படுத்த மல்டி டிரக் தெரப்பிகள் எனப்பல வந்துவிட்டன.

எல்லா கிருமிகளையும் காலம்தோறும் முறியடித்துக் கொண்டேதான் வந்திருக்கிறது மனித குலம். ஆனால் எல்லா வெற்றிகளும் குறைந்தபட்சக் களப்பலிகளையாவது கேட்காதிருப்பதில்லை.

–

இல்லாத கழிப்பிடம்

தாமரையில் ஒரு சிறுகதை எழுதியிருந்தேன். தாம்பரத்தில் இருந்து அண்ணா சாலை வரை சைக்கிளில் செல்லும் ஒருவனுக்கு சிறுநீர் கழிக்க வழியில் எங்குமே இடம் கிடைக்காது. தவித்துப் போய்விடுவான். கடைசியில் சத்யம் திரையரங்கத்துக்குப் பின்புறம் உள்ள குப்பை மேட்டில் கசங்கிக் கிடக்கும் இந்திய வரைபடத் தாள் ஒன்றின்மீது ஆத்திரம் தீரப் பெய்துவிட்டுப் போவான்.

இந்தக் கதையை எழுதியபோது பதினெட்டு வயது. இன்றும்கூடத் தாம்பரம் முதல் அண்ணா சாலை வரை போகும் வழியில் ஒதுங்க ஒரு பொதுக் கழிப்பிடம் கிடையாது. சென்னை நகருக்குள் மிக நீண்டதும், கிட்டத்தட்ட நேர்க்கோட்டில் வரக்கூடியதும், அதிகப் போக்குவரத்து உள்ளதுமான சாலை அதுதான். எனக்கு நினைவு தெரிந்த நாள் முதல் இந்த நீண்ட சாலையின் ஏதோ ஒரு பகுதியில் ஏதாவது ஒரு பணி எப்போதும் நடக்கிறது. கடந்த முப்பத்தைந்து வருடங்களில் மூன்று மாதங்கள்கூட இந்தச் சாலையில் சாலைப் பணியாளர்கள் இல்லாதிருந்ததில்லை. வேலை நடக்காதிருந்ததில்லை.

ஒரு வேலை தொடங்குவார்கள். உடனே ஏதாவது விவகாரம் வரும். அல்லது யாராவது வழக்குப் போடுவார்கள். அல்லது

நிதி வரத்துப் பிரச்னை ஏற்படும். அதுவும் இல்லாவிட்டால் விபத்து நடந்துவிடும். உடனே பணி பாதியில் நிற்கும். சாலைப் பணி பாதியில் நின்றால் போக்குவரத்து சிக்கலாகும். அதைப் பற்றியெல்லாம் அந்தப் பணியாளர்களுக்கு ஒன்றும் தெரியாது. பணி நடக்கும் இடத்தை ஒட்டிய காலி இடங்களில் அவர்கள் குடும்பம் நடத்த ஆரம்பித்துவிடுவார்கள். அது பாண்ட்ஸ் மேம்பாலப் பணியானாலும் சரி, திருசூலம் ரயில் நிலையக் கட்டுமானப் பணியானாலும் சரி, பறங்கிமலை சுரங்கப் பணியானாலும் சரி, கிண்டி மேம்பாலம் அல்லது கத்திப்பாரா பல அடுக்கு மேம்பாலப் பணியானாலும் சரி, இப்போது நடைபெறும் மெட் ரோ இருப்புப்பாதைப் பணியானாலும் சரி.

இவை எதுவும் இல்லாத காலங்களில், சில சமயம் இப்பணிகள் நடக்கும்போதேகூட 'நாய்' சார்பில் *(NHAI - National Highway Authority of India)* உடைந்த சாலை சீரமைப்புப் பணிகள் நடைபெற ஆரம்பிக்கும். பெரிய பெரிய தார் டின்களையும் கருங்கற்களையும் கொண்டு வந்து கொட்டிக் குவிப்பார்கள். போகிற வருகிற வாகனங்களைப் பற்றியெல்லாம் கவலைப்படாமல் குறுக்கே கயிறு கட்டிக்கொண்டு பொக்லைன் இயந்திரங்களை இயக்கத் தொடங்கிவிடுவார்கள். இந்தப் பணிக்குப் பகல் இரவு பேதம் கிடையாது. எப்போது வேண்டுமானாலும் நடக்கும். அல்லது இரு வேளைகளிலும்கூட நடக்கும். விமான நிலையம் உள்ள வழி அல்லவா? சாலை சரியாக இருக்க வேண்டியது அவசியம். குறைந்தது, பிரமுகர்கள் வந்து போகும்போதாவது.

அது நடக்கும்போது, பிரம்மாண்டமான பேருந்துகளும் லாரிகளும் இதர வாகனங்களும் அரசனின் முன்னால் ஆண்டியைப் போலத் தம்மை ஒடுக்கிக்கொண்டு 'நாய்' கோடு கிழித்துக் காட்டியிருக்கும் குறுகிய வழித் தடத்தில் ஒன்றன் பின் ஒன்றாக அணி வகுத்துப் போகவேண்டும். அந்தப் பெருவாகனங்களுக்கு இடையே சிக்கிக்கொள்ளும் இரு சக்கர வாகனங்களின் நிலைமை இன்னும் மோசமாகிவிடும். எந்தக் கணமும் போட்டு மிதித்துவிட்டுப் போய்விடுவார்கள் என்ற அச்சத்துடனேயேதான் நெடுஞ்சாலையை தினமும் கடந்தாக வேண்டும்.

ஒப்பீட்டளவில் இன்றைய மெட்ரோ ரயில் தடக் கட்டுமானப் பணிகள் நடக்கும்விதம் சிறிது பரவாயில்லை

என்று தோன்றுகிறது. கத்திப்பாரா மேம்பாலப் பணி நடந்துகொண்டிருந்தபோது சுமார் ஆறு மாத காலத்துக்காவது ஜோதி திரையரங்கில் இருந்து அம்பாள் நகர் நிறுத்தம் வரை எனது டிவிஎஸ் 50 ஐத் தள்ளிக்கொண்டு நடந்து போயிருக்கிறேன். எம்.ஐ.டி மேம்பாலப் பணி நடந்த மொத்த காலத்திலும் பேட்டையின் மறுபுறத்துக்கு நான் சென்றதேயில்லை. பாலம் கட்டி முடித்த பின்பு ஆர்வத்துடன் அதன் மீதேறி அந்தப் பக்கம் போய்ப் பார்த்தால் கிழக்கு மேற்கே மறந்துவிடும் போலிருந்தது.

முன்னொரு காலத்தில் அஸ்தினாபுரத்தில் என்.ஆர். தாசன் என்றொரு எழுத்தாளர் இருந்தார். அசோகமித்திரன் மூலமாக அறிமுகமானவர். என் நண்பன் ஆர். வெங்கடேஷும் அந்தப் பக்கம் புருஷோத்தம நகரில்தான் இருந்தான். ரயில்வே கேட் தாண்டி அவர்களைப் பார்க்கப் போகும்போதெல்லாம் புராதனமானதொரு சாம்ராஜ்ஜியத்துக்குள் பிரவேசிப்பது போன்ற உணர்வு உண்டாகும். அஸ்தினாபுரத்தில் நிறைய இடைவெளி விட்டு சுற்றுச் சுவர்களுடன் வீடுகள் கட்டப்பட்டிருக்கும். ஒவ்வொரு வீட்டையும் நிறைய மரங்கள் மூடியிருக்கும். செம்மண் சாலைதான் என்றாலும் இந்தப் பக்கத்து நியூ காலனி சாலைகளைப்போல அல்லாமல், நன்றாகவே இருக்கும். நடக்க சிரமம் இருக்காது. தவிர, சாலையோர அடி பம்புகளில் தண்ணீர் வரும். சிறுவர்கள் வீதியிலேயே தண்ணீர் அடித்துக் குளித்துத் தரையை நனைத்து வைப்பார்கள். அவர்களுக்கு இடம்விட்டு, பெண்கள் நகர்ந்து நின்று சண்டை போட்டுக்கொண்டிருப்பார்கள். எங்கெங்கும் மாடுகள் சுற்றிக்கொண்டிருக்கும். வீடுதோறும் மாடு கட்டிப் பால் கறந்து காப்பி குடிக்கும் கலாசாரம் அங்கு தழைத்திருந்தது. மயிலிறகு சொருகிய கிரீடத்துடன் எங்காவது வழியில் கிருஷ்ணர் எதிர்ப்பட்டால் வியப்பதற்கில்லை என்று தோன்றும்.

இதெல்லாம் பாலம் கட்டுவதற்கு முன்பு வரை. பாலத்துக்குப் பிறகு சாம்ராஜ்ஜியங்களின் முகங்கள் மாறின. லெவல் க்ராசிங் நெரிசல் குறையும் என்று நினைத்து அஸ்தினாபுரத்தின் மொத்தப் போக்குவரத்தை அதிகரித்துவிட்டார்கள். உடனே ரியல் எஸ்டேட் வளர்ந்தது. கோட்டைச் சுவர்களுடன் இருந்த வீடுகள் இடிக்கப்பட்டு அபார்ட்மெண்ட்களாயின. நிறைய கடைகள் வந்தன. எப்போதோ ஒருமுறை அந்தப் பக்கம் சென்று வரும்

பேருந்துகளின் எண்ணிக்கை அதிகரிக்கப்பட்டு மிக விரைவில் எப்போதும் பரபரப்புடன் இயங்கும் பிராந்தியம் ஆக்கப்பட்டது. ஒரு மேம்பாலத்தின் சக்தி கற்பனைக்கு அப்பாற்பட்டது.

திருசூலம் மேம்பாலம் கட்டிய தினங்களை என்னால் மறக்க முடியாது. என் வீட்டில் இருந்து அண்ணாசாலை வரை செல்வதற்கு ஒரு மணி நேரம் என்றால் திருசூலம் பாலக் கட்டுமானத்தைக் கடப்பதற்கு மட்டும் தனியே முப்பது, நாற்பது நிமிடங்கள் ஆகும். நடுநடுவே வண்டியை ஓரமாக நிறுத்தி, தண்ணீர் குடித்து ஆசுவாசப்படுத்திக்கொண்டு மீண்டும் கிளம்புவேன். கிளம்பியது முதல் இப்படித் தண்ணீர் குடித்துக்கொண்டே இருந்தால் வழியில் ஒதுங்க ஓர் இடம் தேவைப்படத்தான் செய்யும். சர்க்கரை நோயாளிகள் என்றால் இன்னும் சிரமம். அவர்களால் இயற்கையின் அழைப்பை நிராகரிக்க முடியாது. ஆனால் ஒதுங்க இடமில்லாத பெருஞ்சாலையில் என்ன செய்ய முடியும்? ஓரங்களில் நிறுத்தலாமே தவிர, வண்டியை விட்டு இறங்கிப் போக முடியாது. கட்டுமானத் தொழிலாளர்களின் குடும்பங்கள் அங்கெல்லாம் ரிப்பன் கட்டி எல்லை வகுத்துக்கொண்டு அடுப்பு மூட்டி ரொட்டி சுட்டுக்கொண்டிருக்கும்.

ஏதாவது உணவகம் இருந்தால் இறங்கி ஒரு காப்பி குடித்துவிட்டோ அல்லதுகாப்பிகுடிக்கஉள்ளேநுழைந்தாற்போன்றபாவனையிலோ கழிவறையைப் பயன்படுத்திக்கொண்டு வந்துவிடலாம். அதற்கு அன்று வழி இல்லை. பல்லாவரம் கிருஷ்ணா லாட்ஜை விட்டால் சைதாப்பேட்டை வரை நடுவே ஒரு டீக்கடைகூட இருக்காது. பறங்கிமலை ராணுவ வளாகத்தை அடுத்த மைதானம் ஒரு வசதியான இடம்தான். ஆனால் சிப்பாய்கள் பார்த்தால் சுட்டுவிடுவார்களோ என்று பயமாக இருக்கும். சைதாப்பேட்டையைத்தாண்டிவிட்டால் போக்குவரத்து நெரிசல் இயல்பாகவே அதிகரித்துவிடும். ஒதுங்குமிடம் என்ற ஒன்றை அங்கெல்லாம் எதிர்பார்க்க முடியாது. எப்படிப் பார்த்தாலும் இந்து அலுவலகம் தாண்டி வெட்டவெளி வரும்வரை இயற்கைக்கு எதிரான துவந்த யுத்தத்தை நிகழ்த்தியே ஆகவேண்டும்.

இன்றுவரை இது எனக்குப் புரிந்ததில்லை. சென்னையில் வேறு எந்த ஒரு சாலையிலும் இப்படி முப்பது முப்பத்தைந்து வருடங்களாக ஏதேனும் ஒரு பணி நடந்துகொண்டே

இருந்ததில்லை. ஒரு மணிநேரப் பயணத் தொலைவு, நிரந்தரமாக இரண்டு மணி நேரத்துக்கு மாற்றி அமைக்கப்பட்டதில்லை. எத்தனையோ பாலங்கள் கட்டிவிட்டார்கள். எவ்வளவோ சுரங்கப் பாதைகள் திறக்கப்பட்டுவிட்டன. பல சாலைகள் பழுதாகி மாற்றப்பட்டுவிட்டன. ஒரு வழிகள் இரு வழிகளாகியிருக்கின்றன. இரு வழிகள் ஒரு வழிகளாகியிருக்கின்றன. தாம்பரத்தில் இருந்து கிண்டி வரையிலான சாலைக்கு ஒரு மாற்று வழி அமைக்க ஏன் யாருக்கும் தோன்றவேயில்லை என்று தெரியவில்லை. வேளச்சேரியைச் சுற்றிக்கொண்டு போவது மாற்று வழி ஆகாது. அது சுற்று வழி.

எல்லா நலப்பணிகளும் மக்களுக்காகத்தான் என்பது எளிய சமாதானம். முப்பத்தைந்து வருடங்கள் என்பது வாழ்வின் மிக நீண்ட காலம். இக்காலத்தில் ஒருநாள்கூட, ஒரு கிலோ மீட்டர் தூரத்துக்காவது காலைத் தரையில் ஊன்றி விந்தி விந்தி வண்டியைத் தள்ளிக்கொண்டு போகாமல் இத்தூரத்தை நான் கடந்ததில்லை. என்னைப் போல எத்தனை ஆயிரம், எத்தனை லட்சம் பேர்கள்! எண்ணிப் பார்க்கக்கூட மறந்து போய் பழகிவிட்டிருப்பார்கள்.

இதை எழுதிக்கொண்டிருக்கும் இந்நாள்களில் வீட்டைவிட்டு எங்குமே போகவில்லை. மேம்பாலப் பணிகள், பறக்கும் ரயில் தடப் பணிகள் எல்லாம் அப்படி அப்படியே நின்றிருக்கும். அவை மீண்டும் நடைபெறத் தொடங்கும்போது நான் மீண்டும் வீட்டை விட்டு வெளியே வருவேன். எல்லா பணிகளும் எனக்காகத்தான் நடக்கின்றன என்று நினைத்துக்கொள்ள வேண்டும்.

இந்த மேம்பாலங்கள், சுரங்கப் பாதைகள், சாலை மராமத்துப் பணிகள் அனைத்தும் இன்னும் பத்துப் பதினைந்து வருடங்களில் நிச்சயமாக முடிந்துவிடும். அதன்பின் நூறடிக்கு ஒரு பொதுக் கழிப்பிடம் கட்டத் தொடங்குவார்கள். மக்களுக்கோ மக்களையோ ஏதாவது செய்துகொண்டேதான் இருந்தாக வேண்டியிருக்கிறது

–

சோற்றுக்குத் திரிபவர்கள்

ஒன்பதாம்வகுப்பு படித்துக்கொண்டிருந்தபோது, நா. மகாலிங்கம் அவர்களின் வள்ளலார் - காந்தி மையம் நடத்திய ஒரு பேச்சுப் போட்டியில் கலந்துகொண்டு பரிசு வாங்கினேன். அன்று எனக்குப் பரிசாகக் கிடைத்தது ஒரு புத்தகம். திருவருட்பாவின் உரைநடைப் பகுதி. அன்றிரவே அந்தப் புத்தகத்தைப் படிக்கத் தொடங்கி சுமார் பத்து நாள்களில் படித்து முடித்தேன். அப்போது எனக்கு அந்தப் புத்தகம் முழுவதுமாகப் புரிந்தது என்று சொல்ல முடியாது. அரைகுறையாகக் கூடப் புரிந்துகொண்டேன் என்று சொல்லத் தயக்கமாக உள்ளது. ஒரு சில பகுதிகள் புரிந்தன என்று மட்டும்தான் சொல்லலாம். ஆனால் அவரது ஜீவகாருண்யம் என்ற கருத்தாக்கம் மிகவும் சிந்திக்க வைத்தது. உணர்ச்சிவயப்பட்டவனாக, வாழ்நாளில் என்றுமே அசைவம் உண்ணக்கூடாது என்று அப்போது முடிவெடுத்தேன்.

அது பற்றி என் நண்பர்களிடம் சொன்னபோது, 'பாப்பாரப்பய கறி தின்னாம இருக்கறதெல்லாம் ஒரு பெரிய விஷயமா?' என்று கேட்டார்கள். இது எனக்கு மிகுந்த வருத்தமளித்தது. பிராமணப் பையன்களைப் பற்றி அவர்கள் என்ன நினைத்துக் கொண்டிருக்கிறார்கள்என்று விளங்கவில்லை. என்உறவினர்களில்

பலர் முட்டையில் தொடங்கி மாட்டுக்கறி வரை விரும்பி உண்பவர்களாக இருந்ததை என்னால் அவர்களுக்குப் புரியவைக்க முடியவில்லை. என்னைவிட நான்கைந்து வயது மூத்தவர்களான இரண்டு உறவுக்காரர்கள் அன்று மாட்டுக்கறி சாப்பிடுவதற்காகவே சைதாப்பேட்டையில் இருந்து குரோம்பேட்டைக்கு தினமும் மாலை வேளைகளில் வருவார்கள். காவல் நிலையத்துக்கும் வெற்றி திரையரங்கத்துக்கும் இடையே உள்ள சந்தில் அன்று வரிசையாகத் தள்ளுவண்டிக் கடைகளில் மாட்டுக்கறி வியாபாரம் நடக்கும். சென்னையிலேயே மிகத் தரமான கறி அங்குதான் கிடைக்கும் என்று அதன் ரசிகர்களான என் உறவுக்காரர்கள் சொன்னார்கள். மாலை ஆறு மணி முதல் ஒன்பது, பத்து மணி வரை நல்ல கூட்டம் இருக்கும். பிளாஸ்டிக் தட்டில் பாலித்தீன் தாள் வைத்துக் கறியை அள்ளிப் போட்டுத் தருவார்கள். சில கடைகளில் பொரியல் போலச் செய்வார்கள். சிலர் சென்னா மசாலா போலத் தளர சமைப்பார்கள். எந்தெந்த வகைமைக்கு என்னென்ன பெயர் என்று எனக்குத் தெரியாது. ஆனால் எல்லாம் மாட்டுக்கறிதான். அதில் சந்தேகமில்லை.

அந்தக் கறிக்காகப் பதிமூன்று கிலோ மீட்டர் பயணம் செய்து வருகிற என் உறவினர்கள் இருவரும் உடற்பயிற்சியில் ஆர்வம் கொண்டிருந்தார்கள். பஸ்கி, தண்டால் எடுப்பார்கள். கர்லாக் கட்டையெல்லாம் சுற்றுவார்கள். பெண்கள் சேலையை இழுத்து இழுத்து விட்டுக்கொண்டு மார்பை மறைப்பதை எப்படித் தன்னியல்பாகச் செய்வார்களோ, அதே போல இவர்கள் அடிக்கடி சட்டை பொத்தான்களைக் கழட்டி விட்டுக்கொண்டு உள்ளே குனிந்து குனிந்து தமது புடைத்த மார்பைப் பார்த்து மகிழ்வார்கள்.

பேட்டைக்கு அவர்கள் வந்து இறங்கும்போது நான் வெற்றி திரையரங்கின் வாசலில் அவர்களுக்காகக் காத்திருப்பேன். உள்ளூர்க்காரன் என்பதால் பேச்சுத் துணைக்கு என்னை அங்கு வரச் சொல்வார்கள். அந்த வயதில், அவர்கள் வீட்டுக்குத் தெரியாமல் ரகசியமாக அசைவம் சாப்பிடுவதைப் பார்ப்பதில் எனக்கும் ஆர்வம் இருந்ததால் தவறாமல் செல்வேன்.

இவர்கள் இப்படி என்றால், இன்னொரு உறவுக்காரப் பெண்மணி தனது குழந்தைக்கு ரகசியமாக தினமும் முட்டை வேகவைத்துத் தருவதை மிகச் சிறு வயதிலேயே பார்த்திருக்கிறேன். ஆம்லெட்

மட்டும் சாப்பிடுவேன், எப்பவாவது சிக்கன் சாப்பிடுவேன், வெளியூர் போனால் மட்டும் இதெல்லாம் தவிர்க்க முடியாது என்று வேறு வேறு உறவினர்கள் வேறு வேறு காரணம் சொல்லிக்கொண்டிருந்தார்கள். ஒரு காலக்கட்டத்துக்குப் பிறகு பலபேர் வீட்டிலேயே முட்டை சமைக்கத் தொடங்கிவிட்டார்கள்.

எனக்குத் தெரிந்து பொதுவான அசைவ உணவாளர்களுக்கும் பிராமண அசைவ உணவாளர்களுக்கும் ஒரே ஒரு வித்தியாசம்தான். இவர்கள் முட்டை வேக வைக்கவும் ஆம்லெட் போடவும் தனிப் பாத்திரம் வைத்திருப்பார்கள். வெளியே அசைவம் சாப்பிட்டால் மறக்காமல் அஜந்தா பாக்கு போடுவார்கள்.

இந்த விவகாரத்தில் இவ்வளவு நிலவறைகள் இருக்கும்போது 'பாப்பாரப்பய சைவம் சாப்பிடுறது ஒரு பெரிய விஷயமா' என்ற விமரிசனம் எத்தனை பிழைபட்டது! உண்மையில் நான் மரக்கறி உணவு மட்டுமே உண்பவனாக இருப்பதற்கு சாதியோ, குடும்பச் சூழ்நிலையோ காரணமே இல்லை. தரமணியில் படித்துக்கொண்டிருந்த காலத்தில் எனக்குக் கிடைத்த பல பரிசோதனை வாய்ப்புகள் அன்று என் வயதுப் பிள்ளைகள் யாருக்கும் கிடைத்திருக்காது. ஆயினும் உணவு விஷயத்தில் மட்டும் மிகவும் உறுதியாக இருந்தேன். காரணம், வள்ளலார்.

பத்தாம் வகுப்புக்குப் பின்பு பாலிடெக்னிக்கில் சேர்ந்து, முதல் வாரத்திலேயே அந்தப் படிப்பு எனக்குரியதல்ல என்று தெரிந்துவிட்ட பின்பு எனக்கு உண்டான அச்சங்கள் பலவற்றில் இருந்து விடுபட வள்ளலார்தான் உதவினார். மற்ற சித்தர்கள், யோகிகளைப் போலல்லாமல் எனக்குச் சரியாக நூறாண்டுகளுக்கு முன்னர் வாழ்ந்து மறைந்தவர் என்பதாலும், எனது நகரத்திலேயே வாழ்ந்தவர் என்பதாலும் எப்படியும் அவரது தரிசனத்தைப் பெற்றுவிடலாம், கெஞ்சிக் கேட்டு தீட்சை வாங்கிக்கொண்டு ஒரு துறவியாகிநற்கதிஅடைந்துவிடலாம்என்றுஎண்ணிக்கொள்வேன்.

சென்னையில் வசித்த காலத்தில் அவர் விரும்பிச் சென்ற பாரிமுனை கந்தசாமி கோயிலுக்கும் (அவர் கந்த கோட்டம் என்பார்.) திருவொற்றியூர் தியாகராசப் பெருமான் ஆலயத்துக்கும் அவ்வப்போது செல்வேன். பாரிமுனையில் இருந்து திருவொற்றியூருக்கு அவர் நடந்தே செல்வார் என்று படித்துவிட்டு

நானும் ஒருமுறை யாத்திரை போல நடந்து போக முடிவு செய்தேன். கல்லூரிக்குச் செல்வது போல வீட்டில் இருந்து காலை ஏழு மணிக்குப் புறப்பட்டு சைதாப்பேட்டை ரயில் நிலையத்தில் இறங்கி, அங்கிருந்து தாடண்ட நகர் பேருந்து நிலையத்தை அடைந்து, பாரிமுனை செல்லும் பேருந்தில் ஏறி பூக்கடை நிறுத்தத்தில் இறங்கிக்கொண்டேன். அங்கிருந்து கந்தசாமி கோயிலுக்கு நடந்து சென்று, வாசலிலேயே நின்று ஒரு கும்பிடு போட்டுவிட்டு என் யாத்திரையைத் தொடங்கினேன்.

சரியான வழித்தடம் அறிந்து சென்றால், அங்கிருந்து திருவொற்றியூர் சுமார் பத்து கிலோ மீட்டர் தொலைவுதான். ஆனால், வண்ணாரப் பேட்டை, தண்டையார்பேட்டை வரை சரியாகச் சென்றவன், அதன்பின் எங்கோ பாதையைத் தவறவிட்டுவிட்டேன். வழியில் யாருடனும் பேசக்கூடாது, பசித்தால் எதையும் உண்ணக்கூடாது, சென்று சேரும்வரை வள்ளல் பெருமானைத் தவிர வேறு சிந்தனையே இருக்கக்கூடாது என்று சுய விதிமுறைகளை வகுத்துக் கொண்டிருந்ததால் நான்கைந்து மணி நேரம் அலைந்து திரிந்து அவதிப்படும்படி ஆகிவிட்டது.

அன்று திருவொற்றியூர் போய்ச் சேரும்போது மாலை ஐந்து மணி ஆகிவிட்டது. நாள்முழுதும்நடந்தகளைப்பு. கண்இருட்டிவிட்டது. அப்போதுகூட நான் மயங்கி விழும் கணத்தில் வள்ளலார் ஜோதி வடிவில் வந்து என்னை ஏந்திக்கொள்வது போலக் கற்பனை செய்து பார்த்தேன். அந்தக் காட்சி நன்றாக இருந்ததால் திரும்பத் திரும்ப அதையே யோசித்தேன். ஆனால், துரதிருஷ்டவசமாக எனக்கு மயக்கம் வரவில்லை.

கோயிலுக்குப் போய்விட்டு, அங்கிருந்து பத்து நிமிட நடை தூரத்தில் உள்ள பட்டினத்தார் சமாதிக்குச் சென்றேன். இன்றளவு அப்போதுபட்டினத்தாருக்குப்பார்வையாளர்கள்கிடையாது. அவர் ஏகாந்தமாகக் கடலைப் பார்த்துக் கிடப்பார். பராமரிப்பில்லாத ஜீவ சமாதியாகவே இருந்தது. *(2015ம் ஆண்டு பட்டினத்தார் சமாதி செப்பனிடப்பட்டு, குடமுழுக்கு நடத்தப்பட்டது.)* காவி உடை தரித்த யாராவது நான்கைந்து பேர் அங்கே வானம் பார்த்துப் படுத்திருப்பார்கள். அவர்களெல்லாம் சாதுக்கள்தானா, வெறும் பிச்சைக்காரர்களா என்று கண்டுபிடிக்க முடியாது. அன்று எனக்கு இருந்த மனநிலையில், காவி தரித்த யாரைக் கண்டாலும் மகானாக

இருப்பாரோ என்று தோன்றும். கிட்டே போகும்போது பீடி அல்லது கஞ்சா வாடை இருந்தால் அவர் சாதுவல்ல என்று முடிவு செய்துகொண்டு நகர்ந்து போய்விடுவேன். எவ்வளவு அழகிய அறியாமை! வாழ்க்கை அந்த அழகைத்தான் முதலில் உண்டு செரிக்கிறது.

அன்று பட்டினத்தார் சமாதியில் யாரோ ஒரு பெரியவர் (அவர் காவி அணிந்திருக்கவில்லை) ஒரு ஓரமாக அமர்ந்து சாப்பிட்டுக் கொண்டிருந்தார். கடையில் வாங்கி வந்திருந்த பிரியாணிப் பொட்டலம். உணவுக்கு இடையே தட்டுப்படுபவற்றை அவர் வாயில் இட்டுக் கடித்த விதத்தில் அதை அறிந்துகொண்டேன். எனக்குக் கடும் கோபம் ஏற்பட்டது. 'இது சித்தர் சமாதி. வெளிய போய் சாப்ட்டு வாங்க' என்று சொன்னேன். அவர் என்னை நிமிர்ந்து பார்த்தார். 'சரி தம்பி' என்று மட்டும் சொல்லிவிட்டு பொட்டலத்துடன் எழுந்தார்.

எனக்கு அது சங்கடமாக இருந்தது. அவர் முறைத்து, வாதம் செய்திருந்தாலோ, நீ யார் கேட்க என்று முழுதும் சாப்பிட்டு முடித்திருந்தாலோ நான் வீறுகொண்டிருப்பேன். உண்மையில் அப்படியொரு தருணத்துக்காக ஆசைப்பட்டேனோ என்று இப்போது தோன்றுகிறது. பட்டினத்தாரைக் குறித்தும் வள்ளலாரைக் குறித்தும் நறுக்கென்று அவரிடம் நாலைந்து சொற்கள் வீசிவிட்டுப் போகத் தயாராக இருந்தேன். எதற்கும் வாய்ப்பில்லாமல் அவர் உடனே எழுந்துவிட்டது சிறிது ஏமாற்றமாக இருந்தது.

வெளியே போய் சாப்பிட்டு முடித்துவிட்டு மீண்டும் சமாதிக்கு வந்தார். இப்போது நான் யார், எங்கிருந்து வருகிறேன் என்று கேட்டார். நாளெல்லாம் நடந்ததால் உண்டான கடும் கால் வலியும் கல்லூரிப் படிப்பு முற்றிலும் புரியாமல் இருந்த பதற்றமும் எதிர்காலம் குறித்த அச்சமும் அதனாலேயே சன்னியாசியாகிவிட வேண்டும் என்ற வேட்கையும் மிகுந்திருந்ததால், பட்டினத்தாரிடம் என் கோரிக்கையை முன்வைக்கிற பாவனையில் அந்தப் பெரியவரிடம் அனைத்தையும் மனம் விட்டுச் சொன்னேன். வள்ளலார் என்னைத் தடுத்தாட்கொள்ள எப்போது வருவார் என்று எதிர்பார்த்து, திருவொற்றியூருக்கு வந்து போய்க்கொண்டிருந்ததை விவரித்தேன்.

அவர் சிரிக்கவில்லை. நான் மனச்சோர்வு கொள்ள வேண்டும் என்று விரும்பவும் இல்லை. ஆனால் ஓர் உண்மையை எனக்குத் தெரியப்படுத்திவிட நினைத்திருக்கிறார்.

‘நேரத்தோட வீடு போய்ச் சேருப்பா. மெட்ராசுல இப்பல்லாம் அந்த மாதிரி யாரும் இருக்கறதும் இல்ல, வர்றதும் இல்ல. இங்க திரியறவனுகல்லாம் சோத்துக்காகத்தான் திரியறானுக.’

பிறகு நான் திருவொற்றியூருக்குப் போவது மெல்ல மெல்லக் குறைந்து இயந்திரவியல் இரண்டாம் ஆண்டிலேயே முற்றிலும் நின்றுவிட்டது.

–

நதிக்கரை நாகரிகம்

சிறு வயதில் என்னைக் கற்பனையிலேயே வாழவைத்த சக்திகளுள் பக்கிங்காம் கால்வாய் ஒன்று. கால்வாய்க் கரை ஓரம் நின்றுகொண்டு, தாகூரைப் போல தாடி வளர்த்துக்கொண்டு கவிஞராகலாமா (ஒரு அமர் சித்ரக் கதைப் புத்தகத்தில் தாகூரின் வாழ்க்கையைப் படக்கதையாகப் படித்த விளைவு) அல்லது சாண்டில்யனைப் போல (வாரம்தோறும் குமுதத்தில் விஜய மகாதேவி) எழுத்தாளராகலாமா என்று தீவிரமாக யோசிப்பேன். அப்படி யோசிக்கத்தான் பிடிக்குமே தவிர, கதையோ கவிதையோ யோசிக்க வராது. கவிஞனாகவோ, எழுத்தாளனாகவோ ஆகிவிட்டது போல எண்ணிக்கொள்வதில் கிடைத்த சுகம், கவிதையோ கதையோ யோசிக்கும்போது இருந்ததில்லை. அதெல்லாம் பிறகு தன்னால் வந்துவிடும் என்று சமாதானப்படுத்திக்கொள்வேன்.

கேளம்பாக்கத்தில் வசித்தபோது பக்கிங்காம் கால்வாயில் படகுப் போக்குவரத்து இருந்து பார்த்திருக்கிறேன். அதை விடவும் சுவாரசியமான காட்சி, சுற்றுலாப் பயணிகளாக வரும் வெளிநாட்டினர் கட்டுமரத்தில் ஏறி சுருட்டு பிடித்தபடி உல்லாசமாகச் செல்வது. அப்போதெல்லாம் உலகில் வெள்ளைக்காரர்களுக்கு மட்டும்தான் கவலை என்பதே இல்லை என்று தோன்றும்.

அது உப்பளத் தொழில் நடந்துகொண்டிருந்த பிராந்தியம். கேளம்பாக்கத்தில் இருந்து கோவளம் செல்லும் வழியெங்கும் பாத்தி கட்டி உப்பு பயிரிட்டிருப்பார்கள். பாத்தி நீர் வற்ற வற்ற மண்ணில் பூக்கும் உப்பு தன் முகம் காட்டத் தொடங்கும். நீர் முற்றிலும் வற்றி நிலம் தெரியும்போது பிராந்தியமே வெளேரென்றிருக்கும். கண்ணுக்கெட்டிய தூரமெல்லாம் உப்புதான். கால்வாயின் மறுபுறம் உப்பள முதலாளிகளின் குடோன் இருக்கும். அதற்கு உள்ளேயும் வெளியேயும் மலை போல உப்பு குவிந்திருக்கும். மிக மிகக் குறைவான அளவே சமையலில் பயன்படுத்தப்படும் ஒரு பொருளை எதற்காக இப்படி மலை மலையாக உற்பத்தி செய்கிறார்கள் என்று அந்த வயதில் எனக்குப் புரிந்ததில்லை. கேளம்பாக்கம், கோவளம், திருவிடந்தை பகுதிகளில் எல்லாம் அன்று ஒரு படி உப்பு நாலணா. அது இரண்டு ரூபாய் ஆனது வரை நினைவிருக்கிறது.

பிறகு நாங்கள் குரோம்பேட்டைக்குக் குடிமாறி வந்த சமயத்தில் உப்பளத் தொழிலின் முகம் மாறத் தொடங்கிவிட்டது. சிறு உப்பள முதலாளிகள் தமது குளங்களை மொத்தமாக டாட்டா போன்ற நிறுவனங்களுக்கு விற்றுவிட்டார்கள். கல் உப்பு மெல்ல மெல்ல மறையத் தொடங்கி தூள் உப்பின் ஆதிக்கம் வந்தது. அதிலும் அயோடைஸ்டு உப்பாக இல்லாவிட்டால் குலமே அழிந்துவிடும் என்கிற அளவுக்கு உப்பில் அயோடினையும் அச்சத்தையும் கலந்து வினியோகிக்கத் தொடங்கினார்கள்.

கேளம்பாக்கத்தில் இருந்தவரை உப்பையோ, கால்வாயில் கட்டுமரச் சவாரி செய்யும் வெள்ளைக்காரர்களையோ பார்க்காத நாளே இல்லை. சூழலின் வெண்மை சிந்தனையை எப்போதும் புத்துணர்ச்சியுடன் வைத்துக்கொள்ள உதவியது. இப்போதும்கூட கல் உப்பைக் காணும்போதெல்லாம் கறுப்புக் கண்ணாடி அணிந்து மேல் சட்டை இல்லாமல் கட்டுமரத்தில் செல்லும் யாரோ ஒரு வெள்ளையர் தோற்றம் நினைவுக்கு வராதிருப்பதில்லை. தொடர்பில்லாத இந்த இரு காட்சிகளும் ஒரு குறியீடு போலவே என்னைத் தொடர்ந்து வந்துகொண்டிருக்கின்றன.

பின்பு, தரமணியில் படித்துக்கொண்டிருந்தபோது பலகை வாராவதியை ஒட்டிய கால்வாய்க்கரை குடிசைப் பகுதிக்கு நண்பர்களுடன் செல்வது வழக்கம். கேளம்பாக்கத்தில்

வசித்தபோது பார்த்த கால்வாய் அல்ல அது. திருவான்மியூரில் கால்வாயின் நிறம் வெண்மையல்ல. சரியாகச் சொல்வதென்றால் காலம், கால்வாயின் நிறத்தை நீக்கிவிட்டிருந்தது.

அந்த குடிசைப் பகுதியில் எழுபதுகளின் இறுதிவரை மீனவர்கள் வசித்து வந்ததாகக் கேள்விப்பட்டேன். எண்பத்தாறில் அங்கே மீனவர்கள் யாரையும் நான் காணவில்லை. அவர்கள் தொழிலை மாற்றிக்கொண்டுவிட்டார்களா அல்லது வேறு இடம் போய் விட்டார்களா என்று தெரியாது. நான் பார்த்த காலத்தில் பலகை வாராவதி குடிசைப் பகுதிகளில் வசித்து வந்தவர்களுள் பலர் ஆட்டோ ஓட்டுபவர்களாக இருந்தார்கள். மகாராஷ்டிரா, பஞ்சாப் வரை செல்லும் லாரிகளில் கிளீனராகப் போய்வரும் பையன்கள் இருந்தார்கள். அந்தப் பகுதி பெண்கள் குடிசைக்கு வெளியே அமர்ந்து கீற்றுத் துடைப்பம் செய்வார்கள். அந்தக் காட்சியை அடிக்கடிப் பார்த்திருக்கிறேன். ஏழெட்டுப் பெண்கள் கூடி அமர்ந்து தென்னை ஓலைகளைக் கீறியெடுத்துத் துடைப்பம் செய்தபடி பேசிக்கொண்டே இருப்பார்கள். அவர்கள் பேச்சில் பெரும்பாலும் போலிஸ்காரர்கள் வருவார்கள். கௌரிசங்கர் என்ற பெயர் அவர்களால் அடிக்கடி உச்சரிக்கப்பட்டது.

விசாரித்தபோது, கௌரிசங்கர் என்பவர் அந்தப் பிராந்தியத்தின் பிரபல நபர் என்று தெரிந்தது. ஒரு போலிஸ்காரரையே அவர் அடித்துவிட்ட விவகாரம் எங்கள் கல்லூரி வளாகம் வரை பேசப்பட்டது. சரியாகப் படிப்பு வராத அந்நாளில் வள்ளலார் வழியில் ஒரு துறவியாகிவிடத்தான் திட்டமிட்டிருந்தேன். எதிர்பாராத விதமாக நண்பர்களுடன் பலகை வாராவதி குப்பத்துக்குப் போய் கௌரிசங்கரைப் பற்றிக் கேள்விப்பட்டதில் இருந்து துறவி ஆவதைவிட ரவுடி ஆவதில் ஆர்வம் உண்டானது.

மத்திய தொழில்நுட்பக் கல்லூரிக்கு வெளியே ஒரு டீக்கடை உண்டு. கல்லூரிக்கும் ஹெல்த் செண்டருக்கும் நடுவே ஒரு மரத்தடியில் ஓலைச் சரிவில் அமைந்திருக்கும். மாணவர்கள், கடைக்கு வெளியே நின்று வடை தின்று டீ குடிப்பார்கள். திருவான்மியூர் குப்பத்தில் இருந்து வருகிறவர்கள் மட்டும் கடைக்கு உட்புறம் போடப்பட்டிருக்கும்பெஞ்சில்அமர்ந்துடீகுடிப்பார்கள்.அவர்கள் பேச்சு அடாவடியாக இருக்கும். எப்போதும் யாரையாவது திட்டிக்கொண்டே இருப்பார்கள். 'ஒர்நாள் இல்ல ஒர்நாள்' என்ற பிரயோகத்தைஅவர்களிடமிருந்துதான்முதல்முதலில்கேட்டேன்.

மாணவர்களுக்கு அவர்களிடம் இருந்தே கஞ்சா அறிமுகமானது. 'சோத்துக்கள்ளு' என்னும் பானத்தை அறிமுகப்படுத்தியவர்களும் அவர்கள்தாம். ஒரு ஆட்டோவில் ஐந்தாறு பேர் தொற்றிக்கொண்டு வந்து டீக்கடையில் இறங்குவார்கள். கையில் ஒரு அழுக்கு கேனில் சோத்துக்கள்ளு எடுத்து வருவார்கள். அவர்கள் டீ குடித்துவிட்டு, பையன்களுக்கு சோத்துக்கள்ளை பிளாஸ்டிக் தம்ளரில் ஊற்றித் தருவார்கள். சாராயம் போலத்தான் வாடை இருக்கும். ஆனால் அது சாராயம் அல்ல. பழைய சோறில் தண்ணீர் விட்டுக் குழைத்துக் கூழாக்கி நாலைந்து நாள் கட்டி வைத்து பிறகு அதில் இருந்து திரவம் எடுப்பார்கள். சில சேர்மானங்கள் இருக்கும். ஷேவிங் லோஷன், சிமெண்ட் தூள் போன்றவைகூட அதில் சேர்க்கப்படும் என்று கேள்விப்பட்டேன்.

தடாலடியான பேச்சு, எங்காவது சண்டை என்று தெரிந்தால் உடனே ஆட்டோவில் ஏறிப் பறக்கும் தீவிரம், எப்போதும் அவர்களது பின்னால் ஏழெட்டு மாணவர்கள் அடியாள்களைப் போல நிற்கும் காட்சி, அவர்களுக்கு சோற்றுக்கள்ளும் கஞ்சாவும் இலவசமாகக் கிடைக்கின்றன என்ற தகவல் இவையெல்லாம் மிகுந்த ஆர்வமூட்டின. படிப்பு வராத நிலையில், வள்ளலாரும் காட்சி கொடுக்காதிருந்த சூழ்நிலையில், ஒரு ரவுடி ஆகிவிடுவதே எதிர்காலத்துக்கு நல்லது என்று அப்போது நினைக்கஆரம்பித்தேன். அடிக்கடி அந்த டீக்கடைக்குச் சென்று அமர்ந்திருப்பேன். வாராவதி தோழர்கள் வரும்போது நட்புடன் புன்னகை செய்வேன். என்றைக்காவது அவர்கள் என்னைப் பொருட்படுத்தி விசாரிப்பார்கள் என்று நெடுநாள் காத்திருந்தேன். அது மட்டும் நடக்கவில்லை. ஒரு ரவுடி ஆவதற்கான முகவெட்டு எனக்கு இல்லை என்று கருதிவிட்டார்கள் போலும். அது வள்ளலாரின் சதியாகவும் இருக்கலாம்.

பின்னாளில் இது பற்றி ஒரு கதை எழுதி, அது கல்கியில் பிரசுரமானதுடன் சரி. ஒரு துறவியாகவோ, ரவுடியாகவோ ஆகும் வாய்ப்பு எனக்கு அமையவில்லை. கோவளத்தை ஒட்டி பக்கிங்காம் கால்வாய்க் கரையோரம் நின்று கண்ட கனவுதான் பலித்தது. பலகை வாராவதிக் கரையோரக் கனவு இஞ்சினியரிங் படிப்பைப் போலவே நினைவில் இருந்து நகர்ந்து போய்விட்டது.

–

ஒதுங்க ஓரிடம்

பதினெட்டு வயதில் நூலகங்களுக்குச் செல்லத் தொடங்கினேன். சராசரி நகர்ப்புற மனிதர்களின் வாசிப்பு ஆர்வம் என்பது பெரும்பாலும் கவலைகளின் பக்க விளைவாக உருவாவது என்பது என் அபிப்பிராயம். படிப்பதற்காகவே நூலகங்களைத் தேடிச் செல்லும் சிறுபான்மையினருக்கும் இவர்களுக்கும் சம்பந்தமில்லை. சிலருக்குக் கவலையை மறக்கக் குடி, உணவு, உறக்கம் எனப்பல உள்ளது போல நூலகங்களும் ஓர் எல்லை வரை அதற்கு உதவி செய்யும்.

அண்ணா சாலையில் உள்ள தேவநேயப் பாவாணர் நூலகத்துக்கு ஒரு காலத்தில் அநேகமாக தினசரி சென்றுகொண்டிருந்தேன். அப்போதுகல்லூரிப்படிப்புமுடிந்திருந்தது. நிறையஅரியர்ஸுடன் வெளியேறி, அவற்றையெல்லாம் எப்போது, எப்படி முடிப்பது என்பது குறித்து உட்கார்ந்து சிந்திப்பதற்காக ஓர் இடம் தேடிக்கொண்டிருந்தேன். கல்லூரிக்குப் போய்க்கொண்டிருந்த காலத்தில் திரையரங்குகளில் டிக்கெட்டுக்காகச் செலவிடுவது ஒரு தவறாகத் தெரியவில்லை. தோற்றுப் போய் வெளியேறிய பின்பு ஏனோ அதைத் தொடர மனம் இடம் தரவில்லை. எனவே செலவில்லாத இடமாக, தேவநேயப் பாவாணர் நூலகத்தைத் தேர்ந்தெடுத்தேன்.

தினமும்காலைஒன்பதுமணிக்குநூலகத்துக்குள்சென்றுவிடுவேன். மாலை ஐந்து மணி வரை எழுந்து வெளியே வந்ததேயில்லை. அங்கேயே ஒவ்வொரு நாளும் ஒவ்வொரு பிரிவாக, ஒவ்வொரு புத்தக அடுக்காக, ஒவ்வொரு வரிசையாக, ஒவ்வொரு புத்தகமாக எடுத்துப் புரட்டிக்கொண்டிருப்பேன். விளையாட்டல்ல. உண்மையாகவே இதனைச் செய்தேன். இது ஒரு தொடர்ச்சியான செயல்பாடாகும் போது ஏதோ ஒரு கட்டத்தில் சில புத்தகங்கள் நம்மை உள்ளே இழுத்துக்கொண்டுவிடும். பிறகு படிப்பது ஒரு போதையாகி, நூலகத்துக்குள்ளே நுழையும் வரை இருந்த கவலைகள் மொத்தமாக மறந்துவிடும்.

என்னைப் போலவே வேலை வெட்டி இல்லாத பலபேர் காலை முதல் மாலை வரை நூலகத்துக்கு வந்து இருப்பார்கள். பதினெட்டு வயதினர் முதல் அறுபது வயதுக்காரரர்கள் வரை இதில் அடக்கம். பெரும்பாலும் அங்குள்ள அனைத்துச் செய்தித் தாள்களையும் அவர்கள் படித்து முடித்துவிடுவார்கள். நூலக ஆர்டர்களில் மட்டுமே வாழ்கிற பத்திரிகைகள் பல இருக்கும். அவற்றை எடுத்துப் படிப்பார்கள். சிறிது நேரம் மேசையின் மீது சாய்ந்து தூங்குவார்கள். மதிய உணவு நேரத்தில் எழுந்து வெளியே சென்றுவிட்டு இரண்டு மணிக்கு மீண்டும் வருவார்கள். இப்போதும் செய்தித் தாள்களைப் படிப்பார்கள். நூலக ஆர்டர் மாத இதழ்களைப் படிப்பார்கள். எளிய குடும்ப நாவல்கள், கைமுறை வைத்தியம், காகபுஜண்டர் நாடி ரகசியம் போன்ற நூல்களை எடுத்துப் புரட்டுவார்கள். மாலை வீட்டுக்குப் போய்விடுவார்கள். மறுநாள் காலை ஒன்பது மணிக்கு மீண்டும் அவர்களை அங்கே பார்க்கலாம்.

மாதக் கணக்கில் ஒருவரையொருவர் பார்த்துக்கொண்டே இருந்தாலும் நூலகத்தில் நெருங்கிப் பேசுவோர் குறைவு. அப்படிப் பேச்சுக் கொடுத்தால் நாம் என்ன பிரச்னையில் இருந்து தப்பிக்க அங்கு வந்திருக்கிறோம் என்று சொல்ல வேண்டி வரும். குறிப்பாக, வயதில் மூத்தவர்களுடன் பேச்சுக் கொடுத்துவிட்டால் அதுவே பெரும் பிரச்னை ஆகிவிடும்.

‘தம்பி, நான் ரிடையர் ஆனவன். வீடு சரியில்லாம, பொண்டாட்டி புள்ளைங்க சரியில்லாம பொழுதப் போக்க இங்க வாரேன். நீ அப்டி இல்ல பாரு. இந்த வயசுல உழைச்சி சம்பாதிக்கணும்ப்பா. இப்பிடி உக்காரக்கூடாது. எந்திரி. போய் வேல தேடு’ என்று

ஆரம்பிப்பார்கள். மறுநாளும் அவரைப் பார்த்துவிட்டால், 'நேத்தே சொன்னனேப்பா? இந்தா இன்னிக்கி இந்த விளம்பரம் வந்திருக்குது பாரு...' என்பார்கள். அதற்குள் ஏழெட்டுப் பேர் படித்துப் புரட்டி, கசங்கிப் போயிருக்கும் செய்தித் தாளில் குறிப்பிட்ட விளம்பரத்தைத் தேடி எடுத்து பால் பாயிண்ட் பேனாவால் வட்டம் போட்டுக் காட்டுவார்கள்.

இன்னொரு சாரார் இருக்கிறார்கள். அவர்களிடம் தவறிப் போய் பேச்சுக் கொடுத்துவிட்டால், 'ஆயிரத்து தொள்ளாயிரத்து பத்துல வந்த காசுங்க செலது இருக்குது. பிரெஞ்சு கவர்மெண்டு காசுங்க கொஞ்சம் இருக்குது. பிரிட்டிஷ்காரன் ஸ்டாம்பெல்லாம் எங்கப்பாரு கலெக்ட் பண்ணி வெச்சிருந்தாரு. அதெல்லாம்கூட பத்திரமாத்தான் இருக்குது. இதெல்லாம் வாங்குறவங்க யாரானா தெரியுமா? நீ இத சும்மா செய்ய வேணாம். என்னா அமௌண்ட்டு வாங்கித் தரியோ அதுல பத்து பர்சண்ட் கமிசனா குடுத்துடுறேன்' என்பார்கள். ஒரு சமயம் முதியவர் ஒருவர், தனது முன்னோர் காலத்துப் பித்தளைப் பாத்திரங்கள் நிறைய இருப்பதாகவும் அவற்றை நல்ல விலைக்கு விற்றுத் தர முடியுமா என்றும் கேட்டார். வீட்டில் புராதனமான பித்தளைப் பாத்திரங்களில் தனது துயரங்களைப் பதப்படுத்தி வைத்துவிட்டு நூலகத்துக்கு வரும் அம்மனிதர், எப்போதும் சரித்திர நாவல்களை மட்டுமே எடுத்துப் படிப்பதை வழக்கமாகக் கொண்டிருந்தார்.

பத்திரிகைகளில் வரும் விளம்பரங்களைப் பார்த்து வேலை தேடுபவர்கள், மகன் அல்லது மகளுக்கு வரன் தேடுபவர்கள், இலவச உணவுடன் கூடிய இலவசக் காப்பகங்கள் எங்கெங்கே இருக்கிறது என்று அறிந்துகொள்வதன் பொருட்டு பத்திரிகைகளைப் படிக்க வருபவர்கள், தூங்குவதற்காக மட்டுமே வருபவர்கள் என்று பல தரப்பினரை அந்நாளில் அங்கே சந்தித்திருக்கிறேன்.

மறக்க முடியாத அனுபவம், பழவேற்காடு மாரிமுத்துவைச் சந்தித்தது.

மாரிமுத்து, சென்னையின் வடகோடி எல்லையில் உள்ள ஒரு கிராமத்தில் வசிப்பவர். ஆந்திர மாநிலத்தைச் சேர்ந்த நாயுடு பேட்டையில் இருந்து பழவேற்காடு ஏரி வழியாகப் பலவிதமான பொருள்களைக் கடத்தி வந்து தமிழகத்தில் விற்கும் ஒரு

குழுவின் கடைமட்ட உறுப்பினர். சாராயம், போதை மருந்துகள் மட்டுமல்லாமல்பலஎலக்டிரானிக்பொருள்களும்இதில்அடக்கம். சென்னையில் இல்லாத எலக்டிரானிக் பொருள்கள் நாயுடுப் பேட்டைக்கு எங்கிருந்து வருகிறது என்று எனக்குப் புரியவில்லை. அவருக்குமே அது தெரியாது என்றுதான் நினைக்கிறேன். ஒரு லோடுக்கு நூற்றைம்பது ரூபாய் அவருக்குக் கூலி கிடைக்கும். ஏரியைக் கடந்து சரக்குகளை எடுத்து வந்து மீஞ்சூரில் இருந்த ஒரு கிடங்கில் சேர்த்துவிட்டால் அவர் வேலை முடிந்துவிடும்.

எல்லாம் சரியாகத்தான் போய்க்கொண்டிருந்தது. இடையில் எப்போதோ ஒரு சமயம் நண்பர்களுடன் கூடிக் குடித்துக் கொண்டிருந்தபோது சிறிய வாய்த் தகராறு முற்றி, கைகலப்பாகிவிட, ஏழாண்டுக் காலம் அவருக்கு நெருங்கிய நண்பராக இருந்த ஒருவர் பகையாளி ஆகிவிட்டார். அவர் ஸ்ரீஹரிகோட்டாவில் வேலை பார்த்துக்கொண்டிருந்த ஒரு வாட்ச்மேன். மாரிமுத்துவின் தொழிலைப் பற்றி அவர் நாயுடுப்பேட்டை போலிசில் சொல்லிவிட, அன்றிரவே மாரிமுத்து போலிசுக்கு பயந்து கும்மிடிப்பூண்டிக்கு ஓடவேண்டியதாகி விட்டது. அவர் போலிசில் மாட்டினால் அவரது கூட்டாளிகள் ஆறு பேர் சேர்ந்து மாட்டிக்கொள்ள வேண்டியிருக்கும் என்பதே காரணம்.

கும்மிடிப்பூண்டியில் ரயில் ஏறி பேசின் பிரிட்ஜில் இறங்கி அங்கிருந்து கால்நடையாகவே ஜெமினி வரை வந்திருக்கிறார். கையில் இருந்த பணம் இரண்டு நாளில் தீர்ந்துவிட, எங்கே போவதென்று தெரியாமல் ஜி.என். செட்டி சாலையில் உள்ள குருத்வாராவுக்குப் போய் உட்கார்ந்திருக்கிறார். அங்கே அவருக்கு சாப்பாடு கிடைக்கவே, உண்ணும் நேரத்துக்கு குருத்வாராவுக்குப் போவதும் இதர பொழுதை தேவநேயப் பாவாணர் நூலகத்தில் கழிப்பதும் சரியாக இருக்கும் என்று முடிவு செய்தார். ஒரு கிரிமினலை நூலகத்தில் வந்து தேடலாம் என்று போலிசுக்குத் தோன்றவே செய்யாது என்பதில் அவருக்கு அவ்வளவு நம்பிக்கை இருந்தது.

பத்து நாள் தினமும் அருகருகே அமர்ந்து பழகிய நெருக்கத்தில் அவர் தனது சரிதத்தை என்னிடம் சொன்னார். 'நான் ஒருவேளை போலிசில் உங்களைப் பற்றிச் சொல்லிவிட்டால் என்ன செய்வீர்கள்?' என்று

கேட்டேன். அவர் அதற்கு பதில் சொல்லவில்லை. அதே பத்து நாள்களில் குருத்வாராவில் அவருக்குப் பழக்கமான யாரோ ஒருவர் வேலைக்கு ஏற்பாடு செய்து தருவதாகச் சொல்லியிருக்கிறார்கள். இரண்டு நாளில் போய்விடுவேன் என்றார்.

நூலகமோ, ஆலயமோ. இந்த நகரத்தில் மனிதனுக்கு மீட்சி தர இன்னொரு மனிதன் கிடைக்காமல் போவதில்லை.

–

உயிரளித்தவர்கள்

வருமானம் என்ற ஒன்றைக் குறித்த நிச்சயமற்ற சூழ்நிலையில் தனி மனிதன் கவலை கொள்ளும் முதல் விஷயம், அடுத்த வேளை உணவு. இந்தக் கவலை பிச்சைக்காரர்களுக்குக் கிடையாது. வீடற்றவர், பிளாட்பாரவாசிகள், குப்பை சேகரித்துப் பிழைப்போர், திருடிப் பிழைப்போர் என்று விளிம்பில் வாழும் யாருக்கும் அநேகமாக இராது. எது இல்லாவிட்டாலும் அவர்களுக்கு அரைக் கவளம் உணவு கிடைப்பதில் பிரச்னை இருக்காது. அடுத்த வேளை உணவு யாருக்குப் பிரச்னையாக இருக்கும் என்றால், ஒரு வேலை தேடி சென்னைக்கு வந்து எங்காவது ஓரிடத்தில் தங்கிக்கொண்டு, வேலை தேடிக்கொண்டிருப்பவர்களுக்கு. அது கிடைத்து, சம்பளம் என்ற ஒன்று உறுதியாகும்வரை போராட்டம் இருக்கும்.

ஏதாவது ஒரு திட்டத்துடன் தான் சென்னைக்கு வருவார்கள். திட்டமிட்ட காலத்துக்குள் அது நடந்துவிட்டால் சிக்கல் இல்லை. ஆனால் பெரும்பாலும் அப்படி இருக்காது. யாருக்காவது காத்திருக்க வேண்டியிருக்கும். எதனாலாவது திட்டம் தள்ளிப் போகலாம். யாராவது தட்டிப் பறிப்பார்கள். அல்லது திட்டமே அபத்தமானது என்று சில ஆண்டுகள் போராடிய பிறகு தெரிய வரும். என்னவானாலும் கட்டுச் சோற்றுப் பொட்டலங்கள் நெடுநாள்

தாங்காது. வீட்டில் கேட்கத் தன்மானம் தடுக்கும். அதனால், அடுத்த வேளை உணவு ஒரு பிரச்னையாகத்தான் செய்யும்.

வெளியூர்க்காரர்களுக்குப் பெரும்பலும் இந்நகரம் முதலில் அறிமுகப்படுத்தும் அச்சம் மறுவேளை உணவு சார்ந்ததாக இருக்கும். பல நண்பர்கள் இதை என்னிடம் நேரடியாகச் சொல்லியிருக்கிறார்கள்.

திருவல்லிக்கேணி, தேனாம்பேட்டை, கோடம்பாக்கம் போன்ற இடங்களில் மேன்ஷன்கள் அல்லது மேன்ஷன் போன்ற தோற்றத்தில் உள்ள அச்சுவெல்ல வீடுகள் அதிகம். இம்மாதிரி வீடுகளில் நான்கைந்து பேர் முதல் ஏழெட்டுப் பேர் வரை மொத்தமாக அறை எடுத்துத் தங்குவார்கள். பெரும்பாலும் ஓர் அறை வீடுகள். பொதுக் கழிப்பிட வசதிதான் இருக்கும். நண்பர்களில் ஒரு சிலருக்கு வேலை இருக்கும். பெரும்பாலானவர்கள் அதைத் தேடுபவர்களாக இருப்பார்கள். வேலையில் இருக்கும் நண்பர்கள், அறையிலும் இருக்கும் சமயத்தில் உணவுப் பிரச்னை இருக்காது. அவர்கள் இல்லாத வேளைகளில்தான் சிக்கல்.

கோடம்பாக்கத்தில் என் நண்பர் ஒருவர் டைரக்டர்ஸ் காலனியின் பின்புற சந்து ஒன்றில் ஓர் அறையில் தங்கியிருந்தார். அவர் அங்கே இருக்கிறார் என்று எனக்குப் பல காலமாகத் தெரியும். ஆனால் அந்த அறைக்கு நான் போகும் சந்தர்ப்பம் வந்ததில்லை. சந்திக்கலாம் என்று எப்போது முடிவு செய்தாலும் அவரேதான் வருவார். இது இயல்பாக நடந்ததாகவே நெடுநாள் எண்ணிக்கொண்டிருந்தேன். தற்செயலாக அவரது இருப்பிடத்துக்கு ஒருநாள் நானே போய்விட, என்னை உள்ளே கூப்பிட்டு உட்காரச் சொல்லக்கூட அவரால் முடியாதிருந்தது. பத்தடி அறையில் ஆறு பேர் குடியிருந்தார்கள். அப்படிச்சொல்வது சரியா என்று சந்தேகமாக இருக்கிறது. ஆறு பேர் அமர்ந்திருந்தார்கள். அவ்வளவுதான். தவிர, எங்கும் பேண்ட் சட்டைகள், செருப்புகள், அடுப்பு, பாத்திரங்கள். நான் உள்ளே சென்றபோது இரண்டு பேர் எழுந்து வெளியே வராண்டாவில் போய் நின்றுகொண்டார்கள். திரும்ப நான் வெளியேறியதும் அவர்கள் உள்ளே போய்விட்டார்கள்.

என் நண்பர் அப்போது ஒரு வேலையில் இருந்தார். சுமாரான வருமானம் உண்டு. அவரது அறையில் இருந்த ஆறு பேரில் அவரும் இன்னொருவரும் மட்டுமே வேலைக்குப்

போய்க்கொண்டிருந்தவர்கள். மீதி நான்கு பேரும் வேலை தேடிக்கொண்டிருப்பவர்கள். வேலையில் இருக்கும் இருவரும் சமைக்க, துவைக்க, குளிக்க அரிசி பருப்பு சோப்பு வாங்கிப் போடுவது, வேலை தேடும் நால்வரும் முறை வைத்துக்கொண்டு வீட்டு வேலைகளைச் செய்வது. இதுதான் நடைமுறை. அந்த அறையில் மட்டுமல்ல. அநேகமாக எல்லா இடங்களிலும்.

சினிமா துறையில் இந்நடைமுறை மிக அதிகம். வேலையில் இருப்பவர்களுக்கே கூட வருமானம் இல்லாத நாள்கள் ஆண்டில் அதிகமாக இருக்கும். அம்மாதிரி சமயங்களில் உணவு சார்ந்த கவலை அவர்களைச் சிந்திக்க விடாமல் தடுக்கும். என் நண்பர்கள் பலபேரிடம், 'இப்ப சும்மா இருக்கறப்ப எழுதி வைடா. பின்னாடி உபயோகப்படும்' என்று சொல்லியிருக்கிறேன். அவர்களும் சம்மதிப்பார்கள். ஆனால் ஆண்டுக்கணக்கில் ஒன்றும் எழுதியிருக்க மாட்டார்கள். சிந்தனையைத் தடுப்பது பசியல்ல. உணவு இருக்காதோ என்கிற அச்சம்.

1993 - 95 காலக்கட்டத்தில் ஏவிஎம் ஸ்டுடியோவில் இருந்த எடிட்டர் லெனினின் அறைக்கு அநேகமாக தினமும் செல்வேன். சினிமாவைப் புரிந்துகொள்ள ஒரு டைரக்டரைவிட எடிட்டர்தான் சரியாக உதவுவார் என்பது என் எண்ணம். லெனின் நண்பர் என்பது எண்ணத்தை வலுப்படுத்திய காரணி.

தேசாடனம் என்ற மலையாளப்படத்தை அப்போது லெனின் எடிட் செய்துகொண்டிருந்தார். வேலை நேரத்தில் அங்கே அவரது உதவியாளர்களைத் தவிர யாரும் இருக்க மாட்டார்கள். ஆனால் மதிய உணவு நேரத்தில் மட்டும் எப்படியோ பத்திருபது பேர் சரியாக அங்கே வந்துவிடுவார்கள். நண்பர்கள். தெரிந்தவர்கள். தெரிந்தவர்களுக்குத் தெரிந்தவர்கள். வேறு வேலையாக வந்தவர்கள். எதிர்பாராமல் வந்தவர்கள். எங்கெங்கிருந்தோ வந்தவர்கள்.

அவரது எடிட்டிங் அறைக்கு வெளியே உள்ள மரத்தடியில் நீளமான பெஞ்சில் பெரிய பெரிய சாப்பாட்டு கேரியர்கள் திறந்து வைக்கப்படும். பத்து பேருக்கு வந்த சாப்பாடு என்றாலும் இருபது பேர் சாப்பிடும் அளவுக்கு இருக்கும். இருபத்தைந்து பேராவது அவசியம் சாப்பிடுவார்கள். இது ஒருநாள் இருநாள் அல்ல.

ஒவ்வொரு நாளும். பிறகு சிவசக்தி எடிட்டிங்குக்கு வந்தபோதும் (விஜயன்தான் பெரும்பாலும் அதை எடிட் செய்தார்) இதைப் பார்த்திருக்கிறேன்.

சம்பந்தமில்லாதவர்கள் ஏன் வருகிறார்கள், ஏன் சாப்பிடுகிறார்கள் என்று அங்கே யாரும் கேட்டதில்லை. சம்பந்தமில்லாத இடத்தில் சாப்பிட்டுவிட்டுப் போகும் குற்ற உணர்ச்சியும் யாருக்கும் இருந்ததில்லை.

அந்நாளில் வடபழனி பேருந்து நிலையத்துக்கு வெளியே தினமும் காலையில் ஒரு வயதான பெண்மணி இட்லிக் கடை போடுவார். இட்லியும் சாம்பாரும் மட்டும்தான் அவரிடம் இருக்கும். சட்னிகூடக் கிடையாது. ஒரு இட்லி ஐம்பது காசு. காலை ஏழரைக்குக் கடை திறக்கும் அந்தப் பெண்மணி எட்டரைக்கு மேல் அங்கே இருந்து நான் பார்த்ததில்லை. கொண்டு வந்த மாவுப் பாத்திரம் அதற்குள் தீர்ந்துவிடும். என் நண்பர்களான பல உதவி இயக்குநர்கள் தினமும் அந்தக் கடைக்குப் போவார்கள். காசு இருக்கும்போது கொடுத்துவிட்டுச் சாப்பிடுவார்கள். இல்லாதபோது கடன் சொல்லிவிட்டுச் சாப்பிடுவார்கள். எத்தனை நாள் கடன், அவர் எப்படி அந்தக் கணக்கையெல்லாம் நினைவு வைத்துக்கொள்வார் என்று தெரியாது. ஏனென்றால் இரண்டிரண்டு இட்லியாக ஒவ்வொருவரும் ஏழெட்டு முறை வாங்கிச் சாப்பிட்டுக்கொண்டே இருப்பார்கள். ஒரு நாள் இருநாள் கணக்கென்றால் சரி. மாதக் கணக்கில் இப்படிச் சாப்பிடுவதை யார் எழுதி வைப்பது? அந்தப் பெண்மணிக்கு எழுதப் படிக்கத் தெரியாது. நாம் சொல்வதுதான் கணக்கு. நாம் கொடுப்பதுதான் காசு.

ஒருநாள் அவரிடம் இப்படி இருக்காதீர்கள், ஐம்பது காசு இட்லிதானே கறாராகக் கேட்டு வாங்கிவிடுங்கள் என்று சொன்னேன்.

'பரவால்ல கண்ணு. ஏமாத்தணுன்னு எந்த புள்ள நினைக்கும்? இல்லாதப்பட்டவன கஸ்டப்படுத்தக்கூடாது' என்று சொன்னார்.

இதை என் நண்பர் திருப்பதிசாமியிடம் அன்று சொன்னேன். (திருப்பதி அப்போது சிவசக்தியில் பணியாற்றிக்கொண்டிருந்தார். அவ்வப்போது லெனின் அறைக்கு வருவார். நானும் அவரும் பலநாள் அந்தப் பெண்மணியிடம் இட்லி வாங்கி

உண்டிருக்கிறோம்.) அது அவர் மனத்தில் பதிந்துவிட்டது. பின்னாளில் அவர் ஒரு தெலுங்குப் படத்தை இயக்கி வெற்றி பெற்ற பின்பு அந்தப் பெண்மணியை ஒருநாள் தேடிச் சென்று புடைவை வாங்கிக் கொடுத்து நன்றி சொன்னார்.

ஆறேழு வருடங்களுக்கு முன்பு ஒரு தொலைக்காட்சித் தொடரில் பணியாற்றிக்கொண்டிருந்தேன். அந்த நிறுவனம் அப்போது சிறிது சிரம தசையில் இருந்தது. தொடர்ச்சியாகப் பல பெரிய முயற்சிகளில் தோல்வியடைந்ததால் வேலை பார்ப்பவர்களுக்குச்சம்பளம்கூடக் கொடுக்க முடியாத சூழ்நிலை. ஒன்றிரண்டு மாதங்கள் என்று தொடங்கி, பல மாதங்கள் சம்பளம் இல்லாமல் வேலை பார்க்க வேண்டிய சூழ்நிலை ஏற்பட்டது. ஒவ்வொருவராக அங்கிருந்து விலகிச் சென்றுகொண்டிருந்தார்கள். கடும் விரக்தியிலும் மன உளைச்சலிலும் இருந்த அந்நாள்களில் பழைய நண்பர் ஒருவரைச் சந்தித்தேன். அவர் எனக்குச் சில ஆண்டுகளுக்கு முன்னர் அதே நிறுவனத்தின் வேறு ஒரு தொலைக்காட்சித் தொடரில் பணியாற்றியவர். நிறுவனத்தின் பொருளாதார நிலைமையைக் குறித்துப் பொதுவாகப் பேசிக்கொண்டிருந்தபோது, 'நான் வெளியே போனப்ப எனக்கு ஒன்றரை லட்சம் பாக்கி. இன்னும் அந்தப் பணம் வரலை' என்று சொன்னார்.

எனக்கு இது மிகவும் அதிர்ச்சியாக இருந்தது. 'கேட்டு வாங்க வேண்டியதுதானே?' என்று சொன்னேன்.

'மனசு வரல சார். கஷ்டத்துல இருக்காங்கன்னு தெரியுது. எதுக்கு கேட்டு சிரமப்படுத்தணும்? அதுவும் இல்லாம, இங்க நான் வேல பாக்காதப்பக்கூட பல நாள் வந்து யூனிட் சாப்பாடு சாப்ட்டு போயிருக்கேன். யாரும் ஒண்ணும் சொன்னதில்ல. தின்ன இடத்துல கணக்குப் பேசத் தோண மாட்டேங்குது சார்' என்றார்.

பசி எதைத் தரும் என்பதில் நிறைய சந்தேகங்கள் இருக்கின்றன. ஆனால் பசி நேரத்து உணவு பெரும் பக்குவத்தையும் நிதானத்தையும் எப்படியோ தந்துவிடுகிறது.

–

குன்றுகள்

சென்னை போன்றதொரு பெருநகரத்தில் ஒன்றுக்கு மேற்பட்ட மலைக் குன்றுகள் அமைந்திருப்பதை சுற்றுலாத் துறை சரியாகப் பயன்படுத்திக்கொண்டிருந்தால் அது வருமானத்துக்கு வருமானம், நகரத்துக்கும் அழகு என்று எனக்கு எப்போதும் தோன்றும். குன்றத்தூர், திருநீர்மலை, திருசூலம், பறங்கிமலை, சின்ன மலை என்று ஒவ்வொரு குன்றுக்கும் ஒரு சரித்திரம் இருக்கிறது. திருசூலம் குன்றின் மறுபுறம் உள்ள திருசூலம் கிராமத்துக்குப் போய் அங்குள்ள பெரியவர்களிடம் பேச்சுக் கொடுத்துப் பார்த்தால் சரித்திர கால யுத்தங்களெல்லாம் அங்கே நடந்ததாகச் சொல்வார்கள். முன்னொரு காலத்தில் இந்தப் பிராந்தியத்துக்கு வானவன் மாதேவி சதுர்வேதி மங்கலம் என்ற பெயர் இருந்திருப்பதாக ஒரு கல்வெட்டு எப்போதோ கிடைத்திருக்கிறது. எனவே, நான்கு வேதங்களே இங்குள்ள நான்கு குன்றுகளாக உட்கார்ந்திருக்கின்றன என்றொரு தலக்கதை. பிறகு, முதலாம் குலோத்துங்கன் என்ற சோழ மன்னன் இந்த ஊரின் பெயரை 'திருநீற்றுச் சோழ நல்லூர்' என்று மாற்றி உத்தரவிட்டதாக இன்னொரு கல்வெட்டு. புலியூர் கோட்டத்து சாத்தூர் நாட்டுத் திருச்சுரம் என்று இன்னொரு கல்வெட்டு. இங்குள்ள சிவன் கோயிலுக்கே திருச்சுரமுடையார் கோயில் என்றுதான் பெயர். திருச்சுரம்தான் பிறகு திருசூலமாகிவிட்டதாகவும் சொல்வார்கள்.

பல்லாவரம், குரோம்பேட்டை, திருசூலம் பிராந்தியங்களைப் பல்லவர்களுடன் இணைத்துப் பேச நிறைய சான்றுகள் உள்ளன. சோழர்கள் எங்கிருந்து வந்தார்கள் என்று எனக்குப் புரிந்ததில்லை.

1992ம்ஆண்டுஅத்வானிரதயாத்திரைபோய்க்கொண்டிருந்தபோது, ராமேஸ்வரம் போகும் வழியில் ராமர் குரோம்பேட்டையில் வந்து தங்கியிருந்ததற்கு ஒருவர் சரித்திர ஆதாரம் தேடி எடுப்பதாக ஒரு கதை எழுதினேன். கல்கியில் அது பிரசுரமானது. அந்தக் கதைக்கு உண்மையிலேயே சிறிது சரித்திர வாசனை சேர்க்க முடியுமா என்று பார்ப்பதற்காக இந்தப் பிராந்தியத்துக் குன்றுக் கோயில்களைச் சில நாள் திரும்பத் திரும்பச் சுற்றி வந்துகொண்டிருந்தேன். திருசூலம் சிவன் கோயிலுக்குப் பிற்கால சோழர்கள் நிறைய செய்திருப்பதற்குக் கோயில் வளாகத்திலேயே சில கல்வெட்டுச் சான்றுகள் உண்டு. சோழர்கள், பல்லவர்கள் சம்பந்தம். ஆயிரக்கணக்கான ஆண்டுப் புராதனம். இவற்றை வைத்துக்கொண்டு என்னென்னவோ செய்திருக்க முடியும். ஆனால் திருசூலம் குன்று கல் குவாரிக்காரர்களின் மொத்த வருமானத் தலமாகிப் போனதுதான் நிகர லாபம். சிறு வயதில் நான் பார்த்த திருசூலம் குன்றின் சரி பாதிகூட இன்று இல்லை.

இந்தக் குன்றுக்கு இன்னொரு சிறப்பு உண்டு. ஊட்டி, ஏற்காடு போன்ற மலை வாசஸ்தலங்களின் முகவெட்டு இதற்குக் கொஞ்சம் இருக்கிறது. ஊட்டியிலோ ஏற்காட்டிலோ ஏதாவது படப்பிடிப்பு நடத்திவிட்டு சிறிது மிச்சம் மீதி வைத்துக்கொண்டு வரும் இயக்குநர்கள் அவற்றைத் திருசூலம் மலையில் வைத்து எடுத்து முடித்துவிடுவார்கள். குளிர் இருக்காது, பூச்செடிகள், தாவரங்கள் இருக்காது என்பது ஒரு பெரிய விஷயமே இல்லை. ஒரு லாரி தண்ணீரும் ஒரு அண்டா டிரை ஐஸும் இருந்தால் திருசூலத்தை ஏற்காடாக்கிவிடலாம் என்று நானறிந்த ஓர் இயக்குநர் சொல்வார். சொன்னதை அவர் செய்தும் காட்டியிருக்கிறார்.

திருசூலம், தொலைக்காட்சித் தொடர் இயக்குநர்களுக்குப் பிடித்த மலைப் பிராந்தியம் என்றால் திருநீர்மலை, சினிமாக்காரர்களின் சொர்க்கம். எத்தனை நூறு படங்கள் இந்த மலைக் குன்றில் எடுக்கப்பட்டிருக்கின்றன என்பதற்குக் கணக்கே இல்லை. வயல்வெளியின் நடுவே ஒரு குடிசை போட்டாற்போலத்தான் திருநீர்மலை கிராமம் இருக்கும். குடிசையின்மீது ஏறி

நிற்கும் சேவலைப் போலக் குன்று. ஒரு பக்கம் படம் எடுத்துக்கொண்டிருப்பார்கள். மறு பக்கம் ஏதாவது ஒரு திருமண ஏற்பாடு நடந்துகொண்டிருக்கும். எண்பதுகளின் இறுதிவரை சென்னை காதலர்கள் திருமணம் செய்துகொள்ள முடிவு செய்தால் நேரே திருநீர்மலைக்குத்தான் வருவார்கள். பக்கத்திலேயே இருக்கும் குன்றத்தூர் முருகன் திருமணம் செய்து வைக்க மாட்டாரா, திருசூலம் சிவபெருமான் அதற்கு சகாயம் செய்ய மாட்டாரா என்றெல்லாம் கேட்க முடியாது. காதல் திருமணம் என்றால் திருநீர்மலைதான். இதையும் பல திரைப்படங்களிலேயே பார்த்திருக்கலாம்.

திருநீர்மலை கிராமத்து மக்களுக்குத் திரைப்பட ஷூட்டிங்குகளையும் காதல் திருமணங்களையும் பார்த்துப் பார்த்து அலுத்துப் போய்விட்டது. பிளாஸ்டிக் குடங்களில் தண்ணீர் பிடித்துக்கொண்டு போகிற பெண்கள், போகிற போக்கில் படப்பிடிப்பில் உள்ளவர்களைப் பார்த்து, 'பிரேம்ல எரும மாடு வருது பாரு. தொரத்தி உட்டுட்டு எடுப்பா' என்று சொல்லிவிட்டுப் போவதைப் பார்த்திருக்கிறேன். கோயில் பட்டாச்சாரியார்கள் ரொம்பக் குடைந்து விவரம் கேட்காமல், மணந்துகொள்ள வருபவர்களின் வயதை மட்டும் சரி பார்த்துவிட்டு மாங்கல்யம் தந்துனானே சொல்லிவிடுவார்கள்.

மேற்சொன்ன இரு குன்றுகள் நீங்கலாக என் வீட்டுக்கு அருகே இன்னொரு குன்றும் இருக்கிறது. அதனை முன்னர் பச்சை மலை என்பார்கள். பிறகு சானடோரியம் மலை ஆனது. அதன்பின் ஹவுசிங் போர்ட் மலையாக உருமாற்றப்பட்டது. இங்கும் ஒரு புராதனமான அம்மன் கோயில் இருக்கிறது. மந்திரகிரி மகாயுக காளி கோயில் என்பார்கள். கர்ணனின் உடலில் கவச குண்டலங்களாக ஒட்டிப் பிறந்த அக்னி சக்தியை காமாந்திகா தேவி என்ற பெயரில் இங்கு பிரதிஷ்டை செய்திருப்பதாக ஐதீகம்.

சன்னியாசி ஆகிவிட வேண்டும் என்று வெறி கொண்டு திரிந்த காலத்தில் தவம் செய்வதற்கு ஏற்ற இடமாக எனக்கு இந்த மலைதான் முதல் முதலில் தென்பட்டது. வீட்டுக்குப் பக்கத்தில், நடந்து செல்லும் தூரத்தில் இருப்பது ஒரு காரணம். பகல் முழுதும் அமர்ந்திருந்தாலும் எட்டிப்பார்க்க யாரும் வரமாட்டார்கள் என்பது இன்னொரு காரணம். மறக்காமல்

மதியச் சாப்பாடும் ஒரு பாட்டிலில் தண்ணீரும் எடுத்துக்கொண்டு பச்சை மலைக்குப் போய்விடுவேன். அன்று உண்மையிலேயே மலை பசுமையாகத்தான் இருந்தது. சிறிது தயக்கத்துடன் வனம் என்றும் சொல்லலாம். ஆனால் மிருகங்கள் இருக்காது. நான் போய்க்கொண்டிருந்த நாள்களில் ஒரு பாம்பைக் கூடக் கண்டதில்லை. எங்கும் இருக்கும் நாய்களும் பன்றிகளும் இங்கும் இருக்கும் என்பதைத் தவிர மிகவும் அமைதியான, அழகான இடம்.

கல்லூரி வகுப்பு தொடங்குவது போலக் காலை பத்து மணிக்கு அம்மனைக் கும்பிட்டுவிட்டு ஏதாவது ஒரு மரத்தடியில் வசதியாக சாய்ந்து அமர்ந்துகொண்டு கண்ணை மூடித் தவம் செய்யத் தொடங்குவேன். பத்து நிமிடங்களுக்கு மேல் மனம் பக்தியில் நிற்காது. வேறு எதையாவது யோசிக்கத் தொடங்கிவிடுவேன். பிறகு மீண்டும் இழுத்துக் கட்டிக் கொண்டு வந்து அம்மன் முன்னால் நிறுத்தினால் இன்னொரு ஐந்து நிமிடம் நிற்கும். இப்படி இடைவெளி விட்டு விட்டு பன்னிரண்டு மணி வரை கழியும். அதற்குமேல் பொறுமை இருக்காது. எடுத்து வந்த சாப்பாட்டைச் சாப்பிட்டு, தண்ணீர் குடித்துவிட்டுச் சிறிது நேரம் படுப்பேன். பெரும்பாலும் இரண்டு மூன்று மணி நேரங்கள் தூங்கிவிடுவேன். எழும்போது குற்ற உணர்ச்சி இருக்கும். அதனால் மாலைப்பொழுது தவம் சிறிது உக்கிரமாகவே இருக்கும். இப்போது அம்மனின் எதிரிலேயே அமர்ந்து கண்ணை மூடாமல் அம்மனைப் பார்த்தே தவம் செய்வேன். பூசாரி வரும்வரை இப்படியே இருந்துவிட்டு அவர் வரும் நேரம் கிளம்பிக் கீழே இறங்கி வந்துவிடுவேன்.

பிறகு ஒரு நாள் எனக்கு தியானமோ தவமோ சரியாக வராது என்று தெரிந்தது. அதன்பின் பச்சை மலைக்குப் போகும்போது ஒரு நோட்டுப் புத்தகமும் பேனாவும் எடுத்துக்கொண்டு போக ஆரம்பித்தேன். கதைகள், கவிதைகள் என்று ஏராளமாக அங்கே அமர்ந்து எழுதியிருக்கிறேன். எழுதி முடிக்கும்போது எனக்கே நான் எழுதியது பிடிக்காமல் போய்விடும். அது அளித்த குற்ற உணர்வும் மனச்சோர்வும் தியானத்தில் தோற்றபோது இருந்ததைக் காட்டிலும் அதிகமாக இருக்கும்.

பிறகு பச்சை மலைக்குப் பாதையெல்லாம் போட்டு, திருப்பதியில் உள்ளது போல டார்மெட்ரி பாணி வீடுகள் கட்டினார்கள். ஆரம்பத்தில் அது ஒரு அழகிய மலை வாசஸ்தலம் போலக்

காட்சியளித்தது. எனக்குத் தெரிந்த மரபுக் கவிஞர் இளந்தேவன் அங்கே குடி வந்தார். அப்போது தமிழக முதல்வராக இருந்த ஜெயலலிதாவுக்குஅவர்மிகவும்வேண்டப்பட்டவர்.முதலமைச்சர் அலுவலகத்திலேயே பணியில் இருந்தார் என்று நினைக்கிறேன். அடிக்கடி அவரைச் சென்று சந்திப்பேன். சென்னைக்குள் அம்மாதிரி ஒரு மலை வீடு கிடைத்தது பெரிய அதிர்ஷ்டம் என்று அவர் சொன்னார். சௌகரியமான இருப்பிடம் குறித்த கவலை இல்லாமல் போனதால் இனி நிறைய எழுதப் போவதாகப் பல திட்டங்களை விவரித்தார். ஆனால் நெடுநாள் அவரால் அங்கு வாழ முடியவில்லை. அரசியலிலும் அவருக்குப் பல திட்டங்கள் இருந்ததால் அடையாளம் இழந்து போய்க் காலமானார்.

பிறகு மெல்ல மெல்லக் குடியிருப்புகள் பெருக ஆரம்பித்தவுடன் பச்சை மலையின் அழகு போய்விட்டது. இப்போதும் அம்மனும் கோயிலும் உண்டென்றாலும் உட்கார்ந்து தவம் செய்யவோ கவிதை எழுதவோ இடம் கிடையாது.

தாம்பரம் முதல் சைதாப்பேட்டை வரையிலான பயணப் பாதையில் ஐந்து மலைக் குன்றுகள் உள்ளன. ஒவ்வொன்றின் மீதும் பல ருசிகரமான கதைகள் உள்ளன. சென்னையின் நதித் தடங்களைப் போலவே இந்த மலைத் தடங்களும் காலத்தால் அடையாளமிழந்துவிட்டன.

–

லேண்ட்மார்க் : இல்லாமல் போன சொர்க்கம்

நுங்கம்பாக்கம் அபெக்ஸ் ப்ளாசாவின் தரையடித் தளத்தில் இருந்த லேண்ட் மார்க் புத்தக அங்காடி ஒருநாள் இழுத்து மூடப்படும் என்று நான் நினைத்துப் பார்த்ததில்லை. இருந்து, வளர்ந்து, வாழ்ந்து, மறைந்த எவ்வளவோ நிறுவனங்கள் உலகெங்கும் உண்டு. ஒவ்வொரு தனி மனிதனும் தனது பிரத்தியேகமான மகிழ்ச்சிக்கென்று சிலவற்றைப் போற்றிப் பாதுகாத்து வைத்திருப்பதும் எதிர்பாராத நேரத்தில் அது கைவிட்டுப் போவதும் இயல்பானவைதாம. ஆனால் எல்லா இயல்பான நிகழ்வுகளையும் ஒரே மாதிரி ஏற்றுக்கொண்டு மறந்து விட இயலாது. எனக்கு நுங்கம்பாக்கம் லேண்ட் மார்க் அப்படி.

1987ம் ஆண்டு லேண்ட் மார்க் திறக்கப்பட்டது. ஒரு புத்தகக் கடை, அதனோடு தொடர்புடைய வேறு பல பொருள்களையும் காட்சிக்கும் விற்பனைக்கும் கொண்டிருக்கலாம் என்பதைச் சென்னை நகருக்கு முதல் முதலில் அறிமுகப்படுத்தியது லேண்ட் மார்க்தான். தவிர, புத்தகம், சினிமா எல்லாமே ரசனையின் விளைவுகள். நுண் உணர்வும் கலை மனமும் கொண்டவர்கள் விரும்பி நீண்ட நேரம் செலவழிக்க ஏற்ற விதமாக ஒரு புத்தகக் கடையை அமைக்கத் திட்டமிட்டு உழைத்து அதில் வெற்றியும்

கண்ட முதல் நிறுவனம் அதுதான். இன்றைக்கு மால்களில் உள்ள புத்தக அங்காடிகள் அனைத்துக்கும் முன்னோடி என்று தயங்காமல் சொல்லலாம். புத்தகங்கள், சிடிக்கள் தவிர, கலை உணர்வுடன் தயாரிக்கப்பட்ட ஸ்டேஷனரி பொருள்களும் அன்று லேண்ட் மார்க்கில் மட்டும்தான் கிடைக்கும்.

சென்னையில் ஆங்கிலப் புத்தகங்கள் வாசிப்போர் ஒரு தனி இனம். அவர்கள் இந்து பத்திரிகையின் பழைய வாசகர்கள் மற்றும் அவர்களால் பிரம்பைக் காட்டி மிரட்டி வடிவமைக்கப்பட்ட அவர்களுடைய அடுத்த தலைமுறையினர். அவர்கள் ஆர்த்தடாக்ஸ் யூதர்களைப் போல. மருந்துக்கும் மற்றதைத் தொடமாட்டார்கள். லேண்ட் மார்க், முக்கியமாக இவர்களைக் குறி வைத்தே தொடங்கப்பட்டிருக்க வேண்டும். சென்னையில் இக்குறுங்குழு பல்கிப் பெருகி நகரெங்கும் ஆங்கில வாசகர்கள் மட்டுமே ஒரு காலத்தில் நிறைந்திருப்பார்கள் என்று எண்ணியிருக்கலாம். மும்பை, பெங்களூர் போன்ற பெருநகரங்களை இதற்கு முன் மாதிரியாகக் கொண்டிருப்பார்கள். அமெரிக்கா மற்றும் பிரிட்டனில் வெளியாகும் நூல்கள் உடனுக்குடன் இங்கே விற்பனைக்கு வைக்கப்படும். புதிய வரவுகள், பிரபல புத்தகங்கள், அதிக விற்பனைப் புத்தகங்கள் என்று தனித்தனியே பாத்தி கட்டி அழகாக அடுக்கி வைப்பார்கள். 1996ம் ஆண்டு முதல் முறையாக 'நோபல் பரிசுப் போட்டியில் உள்ள புத்தகங்கள்' என்று தனியே ஓர் அடுக்கு வைத்தார்கள். அதன் வரவேற்பு அமோகமாக இருந்ததால் 'புக்கர் பரிசுப் போட்டிப் புத்தகங்கள்' என்று இன்னொரு அடுக்கு சேர்ந்தது.

அருந்ததி ராயின் *காட் ஆஃப் ஸ்மால் திங்ஸை* லேண்ட் மார்க்கில்தான் முதலில் பார்த்தேன். நாலைந்து பக்கங்கள் படித்ததில், முழுக்கப் படிக்க வேண்டும் என்று ஆர்வம் வந்தது. அப்போது அது புக்கர் பரிசு பெற்றிருக்கவில்லை. ஷார்ட் லிஸ்டில் இருந்ததா என்றுகூடத் தெரியாது. படித்துப் பார்த்ததில் பிடித்துவிட்டது; அவ்வளவுதான். ஆனால் அன்று அந்தப் புத்தகத்தை வாங்கும் அளவுக்கு என்னிடம் பணம் இருக்கவில்லை. பிறகு பார்த்துக்கொள்ளலாம் என்று வந்துவிட்டேன். இது நடந்து சரியாக ஒரு வாரத்தில் என் திருமணம் நடந்தது. திருமணப் பரிசாக வந்தவற்றுள் ராயின் நாவலும் ஒன்று. நான் ஆசைப்பட்ட ஒரு

புத்தகத்தை நான் எதிர்பார்க்காத விதமாக எனக்குப் பரிசளித்தவர் கவிஞர் சுகுமாரன்.

லேண்ட்மார்க் தொடங்கப்பட்டுப் பலகாலம் அங்கு தமிழ் புத்தகங்கள் கண்ணில் பட்டதே இல்லை. பிறகு மனமிரங்கி தமிழுக்கு ஒரு ஓரமாக இடம் கொடுத்தார்கள். பண்டைய பிராமணக் குடும்பங்களில் வீட்டு விலக்கான பெண்களை அப்படித்தான் ஓரம் கட்டி உட்காரவைப்பார்கள். ஒரு கிழிந்த பாயும், தட்டு தம்ளரும் பக்கத்தில் இருக்கும். இதைச் சொல்லியே அங்குள்ள மேனேஜரிடம் ஓரிரு முறை சண்டை போட்டிருக்கிறேன். சில காலம் கழித்து ஒரே ஒரு புத்தக அடுக்கு என்பது ஒரு வரிசை என்று விரிவடைந்தது. அந்த வரிசையையும் தெய்வத்தின் குரலும் அர்த்தமுள்ள இந்து மதமும் ரெபிடெக்ஸ் ஆங்கில ஆசானும் ஆக்கிரமித்துக்கொண்டுவிடும். இரண்டாயிரமாவது ஆண்டுக்குப் பின்புதான் அங்கே ஓரளவு சொல்லிக்கொள்ளும்படியாகத் தமிழ்ப் புத்தகங்கள் விற்பனைக்கு வைக்கப்பட்டன.

ஆனால் லேண்ட்மார்க் ஊழியர் யாரிடம் கேட்டாலும் தமிழ் புத்தகங்கள் அதிகம் விற்பதில்லை என்று சொல்வார்கள். 'நீங்கள் தமிழ் புத்தகங்களும் விற்கிறீர்கள் என்பது ஊருக்குத் தெரிய சிறிது அவகாசம் வேண்டாமா' என்று பல முறை கேட்டிருக்கிறேன். அதை ஒப்புக்கொள்ள மாட்டார்கள். தமிழில் புத்தகங்கள் விற்காது; சிடிக்கள்தான் விற்கும் என்பது அவர்கள் நம்பிக்கை. லேண்ட்மார்க் விரிவாக்க நடவடிக்கைகளில் அது ஒரு பெரிய பாய்ச்சல். உலகத் திரைப்படங்களில் இருந்து உள்ளூர்ப் படங்கள் வரை அனைத்தையும் கொண்டு வந்து குவித்திருப்பார்கள். ஒரு கட்டத்தில் அங்கிருந்த ஆங்கிலப் புத்தகங்களின் அளவுக்கே திரைப்பட சிடிக்கள் நிறைந்துவிட்டன. அதைத் தனிப்பிரிவாக அமைத்து அதற்கு மட்டும் தனியே விளம்பரமெல்லாம் செய்தார்கள். வருட இறுதியில் அந்தப் பிரிவில் தள்ளுபடி விற்பனையெல்லாம் இருக்கும். 2001ம் ஆண்டு ஸ்பென்சர் ப்ளாசாவில் ஒரு கிளை தொடங்கப்பட்ட பிறகு இந்தத் தள்ளுபடி ஒரு திருவிழாவாகவே கொண்டாடப்பட்டது.

தொண்ணூறுகளின் மத்தியில் நண்பர்களைச் சந்திக்கும் மையமாக நான் லேண்ட் மார்க்கைத்தான் வைத்துக்கொண்டிருந்தேன். யாரைச் சந்திப்பதென்றாலும் லேண்ட் மார்க்குக்கு வந்துவிடுங்கள்

என்று சொல்வேன். மாலை வேளைகளில் பக்கத்தில் உள்ள ஜூஸ் கடையில் பழரசம் அருந்திவிட்டு லேண்ட் மார்க்கினுள்ளே சென்றுவிட்டால் இரவு இழுத்து மூடும் வரை வெளியே வருவதில்லை. அங்கேயே புத்தக அடுக்குகளின் நடுவே ஸ்டூலை இழுத்துப் போட்டுக்கொண்டு அமர்ந்து மணிக் கணக்கில் படித்துக்கொண்டிருப்பேன். யாரும் ஒன்றும் சொல்ல மாட்டார்கள். தினசரி இருபது இருபத்தைந்து பக்கங்கள் வீதம் அங்கேயே அமர்ந்து படித்து முடித்துவிட்டு வாங்காமல் விட்ட புத்தகங்கள் எத்தனையோ.

பாலு மகேந்திரா வருவார். சா. கந்தசாமி வருவார். அனந்து வருவார். விவேக்சித்ரா சுந்தரம் வருவார். கிரேசி மோகன் வருவார். இவர்களையெல்லாம் அங்கே அடிக்கடி பார்த்திருக்கிறேன். ஒருநாள் கடை மூடப்போகும் நேரத்தில் பாலகுமாரன் வந்து விட்டார். கல்கியில் அவர் அப்போது ஒரு தொடர்கதை எழுதிக் கொண்டிருந்தார் (*என்னுயிரும் நீயல்லவோ*). நான் கல்கியில் பணியாற்றிக் கொண்டிருந்தேன். பரஸ்பரம் நலம் விசாரித்து முடிப்பதற்குள் அவர் வந்திருக்கும் விவரம் தெரிந்து எங்கெங்கிருந்தோ யார் யாரோ அவரைப் பார்க்க வரத் தொடங்கினார்கள். ஒருவர் இருவராக ஆரம்பித்து, சில நிமிடங்களில் ஐம்பது அறுபது பேர் அவரைச் சூழ்ந்து நின்றுகொண்டு பேசத் தொடங்கிவிட்டார்கள். லேண்ட் மார்க் சிப்பந்திகளுக்குக் கடையை எப்படி மூடுவது என்ற குழப்பம். அவ்வளவு பெரிய எழுத்தாளரிடம் பேசிக்கொண்டிருப்பவர்களை நெருங்கி, கலைந்து போகச் சொல்லவும் தயக்கம்.

அன்று அந்தத் தருணத்தை நான் எவ்வளவு மகிழ்ச்சியுடன் அனுபவித்தேன் என்பதை விவரிக்கவே முடியாது. அதற்கு ஒரு வாரம் முன்னர்தான் யாரோ ஒரு ஆங்கில எழுத்தாளர் லேண்ட் மார்க்குக்கு வந்திருந்தார். யார் என்று மறந்துவிட்டது. அபெக்ஸ் பிளாசா வாசலில் தட்டியெல்லாம் வைத்து விளம்பரப்படுத்தியிருந்தார்கள். இந்து பேப்பரில் ஒரு செய்திக்குறிப்பு வெளியாகியிருந்தது. அப்படியும் பதினைந்து பேருக்கு மேல் கூட்டம் இல்லை. முன்னறிவிப்பின்றி வந்த ஒரு தமிழ் எழுத்தாளரைப் பார்க்க, கடை மூடும் நேரத்தில் குவிந்த கூட்டம் லேண்ட் மார்க் நிர்வாகத்துக்கு மௌனமாக எதையாவது

உணர்த்தும் என்று எதிர்பார்த்தேன். ஆனால் அப்படி எதுவும் நடந்ததாகத் தெரியவில்லை.

2008ல் டாட்டா நிறுவனம் லேண்ட் மார்க்கை வாங்கியபோது, கடை இன்னும் விஸ்தரிக்கப்படுவது போன்றதொரு தோற்றம் கிடைத்தது உண்மை. இறுதிவரை லேண்ட் மார்க் சென்னையில் வசிக்கும் ஆங்கில வாசகர்களை மட்டும்தான் தனது முக்கிய வாடிக்கையாளர்களாகக் கருதியது. அவ்வளவு விரைவில் அந்தக் கடை இல்லாமல் போனதற்கும் அதுவேகூடக் காரணமாக இருக்கலாம்.

–

பெயர் கொடுத்த பெருந்தகை

மேற்கு மாம்பலத்தில் உள்ள ஆரிய கௌடா சாலையைத் தெரியாதவர்கள் இருக்க மாட்டார்கள். அங்குள்ள அயோத்தியா மண்டபம்மிகவும்புகழ்பெற்றஇடம்.ஆன்மிகச்சொற்பொழிவுகள் நடக்கும். பிராந்தியத்துக்கு யாராவது சைவப் பெரியவர்கள், மகான்கள், துறவிகள் வருகை தந்தால் கண்டிப்பாக அயோத்தியா மண்டபத்தில் ஒரு நிகழ்ச்சி இல்லாமல் இராது. அப்படி யாரும் வராத நாள்களில் சொற்பொழிவுகள், பாட்டுக் கச்சேரி, பஜனை என்று ஏதாவது ஒன்று எப்போதும் இருக்கும். அயோத்தியா மண்டபம் அங்கே இருப்பதாலேயே அதனைச் சார்ந்து பல வர்த்தக சாத்தியங்கள் மெல்ல மெல்ல அங்கே உருவாக ஆரம்பித்தன.

உதாரணமாக, தர்ப்பையையும் பூணூலையும் பிளாட்பாரத்தில் போட்டு விற்கும் நபர்களைச் சென்னையில் வேறெங்கும் அதிகமாகப் பார்க்க முடியாது. (சில கோயில் வாசல்களில் இருக்கும். உதாரணமாக, சிவாவிஷ்ணு கோயில்.) மற்ற இடங்களில் குறிப்பிட்டகடையைத்தேடிப்போய்வாங்கவேண்டியபஞ்சாங்கப் புத்தகம் இந்தச் சாலையில் தடுக்கி விழுந்தால் கிடைக்கும். நாட்டு மருந்துக் கடைகளில் இருந்து பருப்புப் பொடி, ஊறுகாய், இஞ்சி முரப்பா விற்கும் கடைகள் வரை எங்கு வேண்டுமானாலும்

இருக்கும். புளியோதரையின் மூலப் பொருளான புளிக்காய்ச்சல் மட்டும் இந்தச் சாலையில் ஒன்பது கடைகளில் விற்பனைக்கு உண்டு. அதிலும் குறிப்பாகச் சில கடைகளின் வாசலில் "ஆத்துப் புளிக்காய்ச்சல் கிடைக்கும்" என்று போர்டு வைத்திருப்பார்கள்.

ஊத்துக்குளி வெண்ணெய், பசு நெய், பிரசவ லேகியம், ஊதுபத்தி, சாம்பிராணி, பன்னீர், சந்தனம் போன்ற வாசனைப் பொருள்கள், தட்டை, சீடை, போளி, அதிரசம், கைமுறுக்கு போன்ற பாரம்பரிய உணவுப் பொருள்கள், கட்டை விசிறி, பூந்துடைப்பம், பல்லாங்குழி போன்ற வழக்கொழிந்து போன பொருள்கள் எது வேண்டுமென்றாலும் இந்தச் சாலையில் கிடைக்கும். நவராத்திரி, கிருஷ்ண ஜெயந்தி போன்ற பண்டிகைக் காலங்களில் பொம்மைகளும் அகல் விளக்குகளும் வீதியெங்கும் மலையாகக் குவிக்கப்பட்டிருக்கும். கோகுலாஷ்டமிக்கு ஆலிலை இரண்டு இருந்தால் விசேடம் என்பார்கள். ஆரிய கௌடா சாலையில் அன்றைக்கு ஒரு ஆலங்காடே வெட்டி வீழ்த்தப்பட்டு விற்பனைக்கு வந்திருக்கும்.

இதனாலெல்லாம் ஆரிய கௌடா சாலையைப் பிராமணர்களின் சாலை என்று எளிதில் வகைப்படுத்திவிட முடியும். அதை நிரூபிப்பது போல, அந்தச் சாலைக்கு வந்து சேரும் பெரும்பாலான தெருக்களில் அவர்களே மிகுதியாக வசிக்கவும் செய்கிறார்கள். எப்போதிலிருந்து இது இப்படி ஆனது என்று எனக்குத் தெரியாது. ஆனால் நான் பார்த்த நாளாக இப்படித்தான்.

மேற்கு மாம்பலத்து பிராமணர்களுள் வைணவர்கள் குறைவு. அது சைவப் பிராந்தியம். மைலாப்பூரைப் போல. திருவல்லிக்கேணியிலும் நங்கைநல்லூரிலும் வைணவர்கள் அதிகம். இப்படி இவர்களுக்குள் உட்கார்ந்து பேசி, பிராந்தியம் பிரித்துக்கொண்டிருப்பார்கள் என்று எனக்குத் தோன்றவில்லை. ஆனால் இது திட்டமிட்ட தற்செயலாகத்தான் இருந்திருக்கும். திருவல்லிக்கேணிக்குப் பார்த்தசாரதி பெருமாளும் மயிலைக்குக் கபாலீசுவரரும் நங்கைநல்லூருக்கு ஆஞ்சநேயரும் இருப்பதை ஒரு காரணமாகச் சொல்லலாம். மேற்கு மாம்பலத்துக்கு அப்படியும் ஒரு காரணம் கற்பிப்பது சிரமம். அங்கே சத்தியநாராயணப் பெருமாள் கோயிலும் ராமர் கோயிலும்தான் பிரசித்தி பெற்றவை. ஆனாலும் சைவர்களே மிகுதி.

நான் பேலியோ உணவு முறைக்கு மாறிய பின்பு அதிகக் கொழுப்பு உள்ள பசு நெய் உணவின் மிக முக்கிய அங்கமானது. சென்னை நகருக்குள் தரமான பசு நெய் கிடைக்கும் இடங்கள் எங்கெங்கே உள்ளன என்று தேடிப் பார்த்து இறுதியில் ஆரிய கௌடா சாலையைப் பிடித்தேன். என்ன வேலையானாலும் எவ்வளவு முக்கியமானாலும் நெய் வாங்க வேண்டிய நாள் வந்துவிட்டால் முதல் கவனம் அதற்குத்தான். நெய் வாங்கப் போனால் நெய்யை மட்டும் வாங்கிக் கொண்டு வந்துவிட முடியுமா? எனக்கு மிகவும் பிடித்தமான பன்னீர் சோடா, பவண்டோ இரண்டும் ஆரிய கௌடா சாலையில்தான் கிடைக்கும். தவிர, பருவ காலப் பழங்கள், மாவடு, நிலக்கடலை, கூடு வைத்த மைசூர்பாகு என்று அந்தப் பக்கம் சென்றால் அள்ளிப் போட்டுக்கொண்டு வர நிறைய உண்டு.

ஒவ்வொரு முறை ஆரிய கௌடா சாலைக்குப் போகும்போதும் யோசிப்பேன். இந்த வீதிக்கு எப்படி இந்தப் பெயரை வைத்தார்கள்? பெயரிட்டு விட்டதால் குடியேற்றம் அமைந்ததா அல்லது குடியேறியவர்களுக்கு ஏற்பப் பெயரை வைத்தார்களா?

மிகவும் தற்செயலாகத்தான் கேள்விப்பட்டேன். அது ஆரிய கௌடா சாலையே அல்ல. ஆரி கௌடர் சாலை.

1934ம் ஆண்டு சென்னையில் (அப்போது மதராஸ்) பிற்படுத்தப்பட்ட சமுதாயத்தினரின் நலனுக்காக Madras Provincial Backward Classes League என்றொரு அமைப்பு உருவாக்கப்பட்டிருக்கிறது. அதாவது, உயர்சாதி இந்துக்களின் ஆதிக்கத்துக்கு எதிராகத் தோற்றுவிக்கப்பட்ட அமைப்பு. எம்.ஏ. மாணிக்கவேல் நாயக்கர், எஸ்.ஏ. நஞ்சப்பா, பி.கே. ராமச்சந்திர படையாச்சி, எச். ஆரி கௌடர் ஆகிய நான்கு பேர் இந்த அமைப்பு உருவாகக் காரணமாக இருந்தவர்கள்.

படுகர் இனத்தைச் சேர்ந்தவரான ஆரி கௌடர், சென்னை கிறித்தவக் கல்லூரியில் படித்தவர். சென்னை மாகாண கவுன்சிலின் முதல் உறுப்பினராகத் தேர்ந்தெடுக்கப்பட்டு சபைக்குச் சென்றவர். 1923 முதல் 1926 வரை; பின்னர் 1930 முதல் 1934 வரை சட்ட மன்ற உறுப்பினராக இருந்தார். அவரது தந்தை ராவ் பகதூர் பெல்லி கௌடர், நீலகிரி மாவட்டத்தில் பெரிய பிரமுகர். ஊட்டி மலை ரயில் பாதைத் திட்டத்தை வடிவமைத்து, கட்டுமானப் பணிகளைச் செய்து கொடுத்தது அவர்தான். அவர் அந்தக் காலத்துப் பொறியாளர்.

ஆரி கௌடருக்குச் சென்னையில் நிறைய சொத்து இருந்திருக்கிறது. தியாகராய நகரை நிர்மாணிக்க அரசாங்கம் முடிவு செய்தபோது, மாம்பலம் பகுதியில் இருந்த தனக்குச் சொந்தமான ஏராளமான நிலத்தை ஆரி கௌடர் அரசுக்கு அளித்திருக்கிறார். அதற்கு நன்றியாகத்தான் மாம்பலத்தில் ஒரு சாலைக்கு ஆரி கௌடர் சாலை என்ற பெயர் இடப்பட்டது. தற்செயலாக அங்கே பிராமணர்கள் நிறையப்பேர் குடியேற, ஆரி கௌடர் சாலையின் பெயரை 'ஆரிய' கௌடா சாலையாக்கிவிட்டார்கள்.

பசு நெய் மட்டுமல்ல; எனக்கு இந்தச் சாலையை மிகவும் பிடித்துப் போக இன்னொரு காரணம் உண்டு. மரங்கள். சென்னையில் இப்படி முற்றிலும் மரங்கள் அடர்ந்த சாலைகள் குறைவு. எப்போதும் குளுகுளுவென்றிருக்கும். குறுகலான சாலைதான். இரு சக்கர வாகனங்கள் முதல் பேருந்துகள் வரை எல்லாம் எப்போதும் ஓடிக்கொண்டிருக்கும் இரு வழித்தடம்தான். வாகனங்களுக்குச் சற்றும் சளைக்காமல் நடந்து செல்வோரும் குறுக்கும் நெடுக்கும் போய் வந்தபடி இருப்பார்கள். இதில் நடுச்சாலையில் நின்று நலன் விசாரித்துக்கொண்டிருக்கும் பெரியவர்கள் நிறையப் பேர். 'பெரியவரே ஹார்ன் அடிக்கறனே கேக்கலியா?' என்று சத்தம் போட்டால், 'காதுல விழல' என்று சொல்லிவிட்டு நிதானமாக நகர்ந்து போவார்கள்.

நினைவு தெரிந்து ஒருநாள்கூட இந்தச் சாலையில் சீரான போக்குவரத்தை நான் கண்டதில்லை. எப்போதும் களேபரமாகத்தான் இருக்கும். ஆனாலும் யாரும் சீற மாட்டார்கள். கெட்ட வார்த்தைகளில் திட்டிக்கொள்ள மாட்டார்கள். முன்னால் போகும் வாகனத்தைப் பின்னால் வரும் வாகனம் இடித்தாலும் ஒன்றும் சொல்ல மாட்டார்கள். சென்னை மக்கள் இவ்வளவு நல்லவர்களா என்று வியக்காதிருக்க முடியாது.

ஆனால் இதெல்லாமே சாலையின் முக்கால்வாசி தூரத்தில் வரும் துரைசாமி சுரங்கப்பாதைத் திருப்பம் வரைதான். அங்கே நிலவரம் மாறிவிடும். வாகன ஓட்டிகளின் வழக்கமான முகம் வெளிப்படத் தொடங்கிவிடும். மாம்பலத்தில் பாதியின் உரிமையாளராக இருந்த ஆரி கௌடரின் ஆவிதான் அவர் பெயர் கொண்ட சாலையில் சண்டை சச்சரவுகள் இல்லாமல் பார்த்துக்கொள்கிறது போலிருக்கிறது.

–

முதியோர் பேட்டை

மேற்கு மாம்பலத்தைக் குறித்து இன்னும் சிறிது சொல்லலாம். நினைவு தெரிந்த நாளாக இந்தப் பகுதியை 'முதியவர்களின் பேட்டை'யாகத்தான் மனத்துக்குள் உருவகம் செய்து வைத்திருக்கிறேன். அது ஏன் அப்படித் தோன்றுகிறது என்று எனக்குப் புரிந்ததில்லை. மாம்பலத்தின் எந்த வீதிக்குள் நுழைந்தாலும் எதிர்ப்படுபவர்கள் குறைந்தது ஐம்பது வயதுக்கு மேற்பட்டவர்களாகவே இருப்பார்கள். கடைகளில், கிளினிக்குகளில், கோயில்களில், மெஸ் போன்ற உணவகங்களில், காலை நடைப் பயிற்சிக்கு வரும் கூட்டத்தினரில் இளைஞர்களையோ, இளம் பெண்களையோ பார்க்க நேர்வது அபூர்வம். இந்த ஒரு பகுதியில் மட்டும் பிறக்கும்போதே ஐம்பதுக்கு மேற்பட்ட வயதில்தான் பிறப்பார்களா என்று கூட எண்ணியிருக்கிறேன். ஆனால் இது என்ன அபத்தம்? நான் பெண் பார்க்கப் போய், நிச்சயமாகித் திருமணம் நடந்ததே மேற்கு மாம்பலத்தில்தான். கண்டிப்பாக இளைய தலைமுறையினரும் இருக்கத்தான் வேண்டும். ஆனால் அவர்கள் பிறந்தவுடனே வேண்டிக்கொண்டு, படித்து முடித்ததும் அமெரிக்காவுக்குப் போய்விடுவார்கள் என்று நினைக்கிறேன். பிறகு நடு வயதில் மீண்டும் மாம்பலத்துக்கு வந்துவிடுவார்கள். சாரதா ஸ்டோர்ஸில்

அப்பளமோ, சுண்டைக்காய் வற்றலோ வாங்க வரும் நடுத்தர வயதுப் பெண்கள் அவ்வளவு சுருதி சுத்தமான அமெரிக்க உச்சரிப்புடன் ஆங்கிலம் பேசுவதைக் கேட்டிருக்கிறேன்.

சென்னையின் ஒவ்வொரு பகுதியிலும் என் வயது நண்பர்கள் எனக்கு உண்டு. ஒருவராவது நிச்சயமாக இருப்பார்கள். ஆனால் மாம்பலத்தில் என்னைவிடக் குறைந்தது பத்து வயதாவது மூத்தவர்களைச் சந்திக்க மட்டுமே இன்றுவரை சென்றிருக்கிறேன். முன்னர் கோமல் சுவாமிநாதன். பெ.சு. மணி. பின்னர் ஜே.எஸ். ராகவன். அழகியசிங்கர். தி.க.சி அவர்கள் சென்னைக்கு வந்தால் ராஜு நாயக்கன் தெருவில் உள்ள மகன் வீட்டில் தங்குவார். அங்கே சென்று அவரைப் பார்த்துவிட்டு வருவேன். இரா. முருகன்கூட இளைஞராக இருந்தபோதெல்லாம் தி நகரில் வாழ்ந்துவிட்டு மூத்த எழுத்தாளரான பின்புதான் இந்தப் பக்கம் வந்தார்.

சில வருடங்களுக்கு முன்பு போஸ்டல் காலனியில் புதியதாக ஒரு வீடு கட்டப்பட்டுக்கொண்டிருந்தது. பார்க்கவே பிரம்மாண்டமாக, அரண்மனை போன்ற தோற்றத்தில் அந்தக் கட்டடம் உருவாகிக் கொண்டிருந்தது. யாரோ திரைப்பட இயக்குநர், பிரபல இயக்குநர் அங்கே வரப் போகிறார் என்று சொன்னார்கள். எப்படியும் இளைய தலைமுறையின் பிரதிநிதியாகத்தான் இருப்பார்; அவர் மூலமாக மாம்பலத்தின் இளமை திரும்பும் என்று எண்ணியிருந்தேன். பார்த்தால் ஐம்பதைத் தாண்டிவிட்ட கே.எஸ். ரவிகுமார்தான் வந்தார்.

இருப்பவர்கள், வருபவர்கள் அனைவருமே நடு வயதும் அதற்கு மேற்பட்ட வயதும் ஆனவர்கள் என்பதாலோ என்னவோ. சென்னையின் பிற பகுதிகளில் உள்ளது போன்ற நவீனத்துவ அணுகுமுறை வியாபார மட்டத்தில்கூட இங்கு அதிகம் இல்லை. உதாரணமாக நான் வசிக்கும் குரோம்பேட்டையைப் புறநகர் என்றுதான் சொல்லவேண்டும். ஆனால் பாண்டிபஜாரில் உள்ள அனைத்தும் குரோம்பேட்டையில் உண்டு. அதே பிரபல நிறுவனங்களின் கிளைகள் இங்கு திறக்கப்பட்டிருப்பது கூடப் பெரிதில்லை. பீட்சா பர்கர் கடைகள், ஐஸ் க்ரீம் பார்லர்கள், இரவு நேரத் துரித உணவுக் கடைகள், உடற்பயிற்சி நிலையங்கள், அழகூட்டும் நிலையங்கள் இன்னும் என்னென்னவோ. ஆனால்,

இவ்வளவு வருடங்களில் மாம்பலத்தில் ஒரு நல்ல நவீன உணவகம் கூட என் கண்ணில் பட்டதில்லை. பாரம்பரிய டட்டா உடுப்பியை விட்டால் ஒன்றுமில்லை. தஞ்சாவூர் மெஸ், மாம்பலம் மெஸ், காமாட்சி மெஸ் போன்ற சிறு உணவகங்கள் இருக்கின்றன. அவை தோன்றிய காலத்தில் எப்படி இருந்தனவோ அப்படியே. புதிதாகத் திறக்கப்படும் உணவகங்கள்கூட (உதாரணம் முருகன் இட்லி, பாக்யா, மங்களாம்பிகா) மடிசாருக்கு மேல் சுடிதார் அணியத்தான் முயற்சி செய்கின்றன. திருவல்லிக்கேணியின் புகழ் பெற்ற ரத்னா கபே சிறிது காலத்துக்கு முன்னர் துரைசாமி சுரங்கப்பாலம் அருகே ஒரு கிளை திறந்தது. அவர்களால் ஒருசில ஆண்டுகள்கூடத் தாக்குப்பிடிக்க முடியவில்லை. கிராண்ட் ஸ்வீட்ஸ் உணவகமும் சொல்லிக்கொள்ளும் தரத்தில் இல்லை. புகழ்பெற்ற கிருஷ்ணா ஸ்வீட்ஸின் மேற்கு மாம்பலக் கிளையில்கூட பாண்டிபஜாரில் உள்ள அளவுக்கு ரகங்கள் கிடையாது.

கூர்ந்து கவனித்தால் ஒன்று புரிகிறது. மாம்பலத்தின் உணவகங்கள்தாம் இப்படியே தவிர, வாங்கிச் சென்று வீட்டில் சமைத்துக்கொள்ள உதவும் பொருள்கள் விஷயத்தில் இங்குள்ள வியாபாரிகள் காட்டும் கவனத்தை வேறெங்கும் காண முடியாது. ஒரு உதாரணம் சொல்கிறேன். ஜெய்சங்கர் தெருவுக்கு எதிர்ப்புறம், ஆரிய கௌடா சாலையில் ப்ளூ பேர்ட் காப்பி என்றொரு காப்பிப் பொடிக் கடை இருக்கிறது. அவ்வளவு எளிதாகக் கண்ணில் தென்படாத, புராதனமான, மிகச் சிறிய கடை. ஜெய் பஜாஜ் சர்வீஸ் செண்டரை ஒட்டினாற்போல உள்ளடங்கி இருக்கும். இந்தக் கடையில் கிடைக்கும் காப்பிப் பொடியின் தரத்தை எந்தப் புகழ்பெற்ற காப்பிப் பொடி பிராண்டிலும் நான் கண்டதில்லை. இதைப் போலவே போஸ்டல் காலனி தாண்டி ஹெல்த் செண்டர் போகும் வழியில் மாலை வேளைகளில் ஒரு முதியவர் தள்ளு வண்டியில் பல விதப் பொடிகள், ஊறுகாய் ரகங்கள் வைத்து விற்பார். எத்தனையோ வருடங்களாக கவனித்திருக்கிறேன். எங்கெங்கிருந்தோ காரில் வந்து இறங்கி அவரிடம் ஒரு பருப்புப் பொடி டப்பா வாங்கிக்கொண்டு போவார்கள். தேங்காய்ப் பொடி, பூண்டு ஊறுகாய், நாரத்தங்காய் ஊறுகாய் வாங்கிச் செல்வார்கள். சுத்தமாக, அருமையாக இருக்கும். ஸ்டேஷன் ரோடில் உள்ளடங்கினாற்போல ஒரு எண்ணெய்ச் செக்கு உண்டு. மாம்பலத்துக்காரர்கள் தவிர எனக்குத்

தெரிந்து தென் சென்னையின் பல பகுதிகளில் இருந்தும் இங்கு வந்து எண்ணெய் வாங்கிச் செல்பவர்கள் அநேகம் பேர். இதைப் போலவே வெல்லம், அவல், நிலக்கடலை, வெண்ணெய் என்று ஒவ்வொரு பொருளுக்கும் புகழ்பெற்ற கடை ஒன்றாவது மேற்கு மாம்பலத்தில் உண்டு. சொன்னேனே. புராதன மதிப்பீடுகளைக் காப்பாற்றுவதில் மாம்பலத்துக்காரர்களுக்கு அவ்வளவு அக்கறை உண்டு. அதனாலேயே நவீனத்துவத்துக்கு நான்கு தெரு தள்ளி வசிக்க விரும்புவார்கள்.

பத்துப் பன்னிரண்டு ஆண்டுகளுக்கு முன்னர் மேற்கு மாம்பலம் ஜிஆர்டி பள்ளியை ஒட்டிய ஒரு தெருவில் புதிதாக ஓர் அடுக்குமாடிக் குடியிருப்பு கட்டிக்கொண்டிருந்தார்கள். அபூர்வமாக, நடுத்தர வர்க்கத்தினர் வாங்கக்கூடிய விலையிலேயே இருந்தது. எப்படியாவது அங்கே ஒரு அபார்ட்மெண்ட் வாங்கிவிட வேண்டும் என்று என் மனைவி திரும்பத் திரும்ப வற்புறுத்திக்கொண்டே இருந்தார். அவர் மாம்பலத்திலேயே பிறந்து வளர்ந்தவர் என்பதால் ஆர்வத்தைப் புரிந்துகொள்ள முடிந்தது. எனக்கும் நகர மத்திக்குக் குடிபோக ஆசையாகத்தான் இருந்தது. ஆனால் கடன் வாங்கும் துணிவு இல்லை. (இந்த ஒரு காரணத்தால் பல இடங்களில் பல நல்ல வாய்ப்புகளைத் தவற விட்டிருக்கிறேன்.) தற்செயலாக ஆறு மாதங்களுக்கு முன்னர் அதே அடுக்குமாடி வளாகத்தில் ஒரு அபார்ட்மெண்ட் இரண்டாம் விற்பனைக்கு வருவதாகக் கேள்விப்பட்டேன். இன்றைய என் நிகர மதிப்புகளுடன் என் ஸ்தூலத்தையும் சேர்த்து விற்றால்கூட வாங்க முடியாத விலை.

பழமைவாதிகளின் பேட்டையில் நில மதிப்பு மட்டும் எப்போதும் உச்சத்தில்தான் இருக்கும்.

–

வீடில்லாதவர்கள்

முப்பது வருடங்களுக்கு முன்னர் பத்திரிகைப் பணியில் இருந்தபோது இரவில் சென்னை என்றொரு பத்தித் தொடருக்கு யோசனை வந்தது. (பிறகு இது பல பத்திரிகைகளில் பலநூறு விதமாக வெளிவந்து மக்களுக்கு அலுத்தே விட்டது.) சுமார் மூன்று மாத இடைவெளியில் சென்னை நகரின் பல்வேறு பகுதிகளை இரவு நேரங்களில் திருஞானம் என்ற புகைப்படக்காரருடன் திரும்பத் திரும்பச் சுற்றி வந்தேன். இரவுப் பொழுதுகளில் குற்றங்கள் அதிகம் நடைபெறும்; எச்சரிக்கையாக இருங்கள் என்று அலுவலகத்தில் சொன்னார்கள். எச்சரிக்கையாக இருப்பது என்றால் என்ன? யாராவது தாக்க வந்தால் தற்காத்துக்கொள்ளக் கையில் ஆயுதம் வைத்திருப்பதா? அதெல்லாம் வேண்டியிருக்காது என்று நினைத்தேன். ஏதாவது அவசரத் தேவை என்றால் திலகவதி ஐபிஎஸ்ஸுக்குத் தகவல் தெரிவித்துவிட்டால் போதும்; அவர்கள் பார்த்துக்கொள்வார்கள் என்று நினைத்துக்கொண்டேன். ஆனால் செல்போன்கள் வந்திராத அந்தக் காலத்தில் திலகவதி ஐபிஎஸ்ஸை அகால நேரத்தில் தொடர்பு கொள்வது எப்படி? திரைப்படங்களிலும் தொலைக்காட்சித் தொடர்களிலும் இம்மாதிரி சந்தர்ப்பங்களில் சட்டென்று எங்காவது ஒரு பொதுத் தொலைபேசி கிடைத்துவிடும். நடைமுறையில் அதெல்லாம்

அவ்வளவு சுலப சாத்தியமில்லை. என்னதான் நடக்கிறது பார்க்கலாம் என்று கிளம்பினேன்.

முதல் முதலில் நான் சுற்றி வரத் தேர்ந்தெடுத்த இடம் பூக்கடையில் உள்ள நேதாஜி சுபாஷ் சந்திர போஸ் சாலையும் அதன் குறுக்கே செல்லும் நாலைந்து நீண்ட தெருக்களும். பகலில் இந்தப் பிராந்தியத்தில் நடமாட்டம் அவ்வளவு எளிதாக இராது. எப்போதும் போக்குவரத்து நெரிசல் இருக்கும். அன்று சென்னை நகரில் ஒரே பெரிய வியாபாரக் கேந்திரம் என்பதால் சரக்கு வண்டிகளின் போக்குவரத்து மிக அதிகம் இருக்கும். லிங்கி செட்டி தெரு, தம்பு செட்டி தெருவில் எல்லாம் பத்தடி தூரம் கடப்பதற்குள் மூச்சு வாங்கிவிடும். ஏதாவது கொள்முதல் செய்வதன் பொருட்டு அங்கு சென்றிருந்தால், குறிப்பிட்ட கடைக்கு முன்னதாக ஒருமுறையாவது வந்திருந்தால்தான் குத்து மதிப்பாக இடத்தைக் கண்டறிய முடியும். இல்லாவிட்டால் கூட்டத்தின் மறைப்பில் போக வேண்டிய கடையைத் திரும்பத் திரும்பத் தவற விட்டுக்கொண்டே இருப்போம். எனக்கு நிகழ்ந்திருக்கிறது. சாலையில் போய்க்கொண்டிருக்கும் சரக்கு வண்டி முன்னறிவிப்பின்றி பாதி வழியில் நிற்கும். டிரைவர் இறங்கி எங்காவது சென்று விடுவார். கடை ஆள்கள் வந்து சரக்குகளை எடுத்துக்கொண்டுபோய் உள்ளே வைப்பார்கள். பின்னால் வந்துகொண்டிருக்கும் வண்டி வாகனங்கள் முட்டிக்கொண்டு நிற்க வேண்டியதுதான். சாமர்த்தியசாலிகள் மட்டும் சந்து பொந்துகளில் புகுந்து முன்னேறிவிடுவார்கள்.

போஸ் சாலையை ஒட்டிய வீதிகளில் யார் வியாபாரிகள், யார் நுகர்வோர் என்று என்னால் கண்டுபிடிக்க முடிந்ததே இல்லை. எல்லோருமே கையிலும் தோளிலும் தலையிலும் சரக்குப் பைகளோடுதான் கடந்து போவார்கள். இரும்பு சாமான்கள், மளிகை சாமான்கள், ஸ்டேஷனரி சாமான்கள், கண்ணாடி சாமான்கள் அதிக அளவில் அங்கே விற்பனையாகும். சைக்கிளின் கேரியரில் தைரியமாக மூன்றடி, நான்கடி அகல நிலைக்கண்ணாடிகளை காக்கி பேப்பரில் சுருட்டி வைத்து, கயிறு கட்டி எடுத்துப் போவார்கள். பக்கத்தில் யாராவது வந்து இடித்தால் என்னாவது என்று கவலையே படமாட்டார்கள். நமக்குத்தான் இடித்துவிடுவோமோ, கண்ணாடி உடைந்துவிடுமோ என்று

பயமாக இருக்கும். அந்தப் பிராந்தியத்தில் ஓரளவு போக்குவரத்து குறைவான வீதி என்றால் ஆர்மீனியன் தெரு மட்டும்தான். மற்ற வீதிகளில் சுற்றித் திரிந்து கொள்முதல் செய்வதற்கு வசதியாக அங்கே வாகனங்களை எங்கு வேண்டுமானாலும் நிறுத்திவிட்டுப் போய்விடுவார்கள். பதினெட்டாம் நூற்றாண்டில் ஆர்மீனியர்கள் கட்டிய தேவாலயத்தில் வசிக்கும் இயேசுபிரானுக்கு இந்த வாகனங்களைக் காப்பாற்றுவதுதான் வேலை. அந்தச் சாலையில் செல்லும் ரிக்ஷாக்காரர்கள், வண்டியை விட்டு இறங்கி, தமக்கு இடைஞ்சலாகக் கருதும் வாகனங்களை வேறெங்காவது நகர்த்திச் சென்று நிறுத்திவிட்டுத் தங்கள் வண்டியை ஓட்டிப் போவார்கள். கல்யாண வீட்டில் செருப்பு இடம் நகர்ந்து இருப்பது போலத்தான். ஆர்மீனியன் தெருவில் நிறுத்திய இருசக்கர வாகனங்களைத் தேடிக் கண்டுபிடிப்பது ஒரு வீர விளையாட்டு.

இதெல்லாம் பகல் பொழுதுகளில். இரவில் அந்த வீதிகள் மிகவும் சாதுவாக இருந்தன. பலரும் அச்சுறுத்தியது போலக் குற்றங்கள் எதையும் நான் காணவில்லை. வீடில்லாத கடைச் சிப்பந்திகள் அந்தந்தக் கடை வாசல்களிலேயே சாக்குக் கோணிகளை விரித்துப் படுத்திருப்பார்கள். சிலர் இடுப்பு லுங்கியை முகம் வரை இழுத்துப் போர்த்திக்கொண்டு தூங்குவார்கள். அலாரம் அடித்தாற்போல அதிகாலை நான்கு மணிக்கெல்லாம் எழுந்துவிடுவார்கள். நாளெல்லாம் வந்து போவது போதாமல் அந்த அதிகாலை வேளையிலும் அவர்கள் சரக்கு இறக்கி வைக்க அங்கே லாரிகள் வரும்.

இப்போது உள்ளது போல வட இந்தியக் கூலித் தொழிலாளிகள் எல்லாம் அப்போது இல்லை. பெரும்பாலும் விழுப்புரம் சுற்றுவட்டாரத்தில் இருந்து வந்தவர்களே பூக்கடைப் பகுதியில் மிகுதியாகச் சில்லறை வேலைகள் பார்த்து வந்தார்கள். வீடோ, அறையோஇல்லாமல்இப்படிபிளாட்பாரத்தில்படுத்துஉறங்குவது குறித்து அவர்கள் கவலைப்படவே மாட்டார்கள். அன்றைக்கு ஒரு தொழிலாளி சொன்னது எனக்கு இன்னும் நினைவிருக்கிறது. 'இதென்ன என் ஊரா? கூலி குடுக்கறாங்க, இருக்கேன். மாசம் ஒருக்கா ஊருக்குப் போயிடுவேன். பொண்டாட்டி, புள்ளையோட சந்தோசமா இருந்துட்டு திரும்பி வருவேன். கிடைக்கிற கூலில ரூம் வாடகையெல்லாம் குடுக்க முடியாது தம்பி.'

உதயம் திரையரங்கத்துக்கு வெளியே உள்ள பிளாட்பாரத்தில் அப்போதெல்லாம் தினமும் சுமார் நூறு பேராவது படுத்திருப்பார்கள். பகலில் அந்த பிளாட்பாரத்தில் அவர்கள் தங்கிய சுவடே இருக்காது. ஆனால் இரவில் பார்த்தால் மூட்டை முடிச்சுகளும் குமுட்டி அடுப்புகளும் பாத்திரம் பண்டங்களும் ஏராளமாக இருக்கும். எங்கெங்கோ அலைந்து திரிந்து வேலை பார்த்துவிட்டு இரவானதும் அங்கே வந்துவிடுவார்கள். செங்கல் வைத்து அடுப்பு மூட்டி சமைத்து உண்டுவிட்டு, அப்படியே திரையரங்க காம்பவுண்டு சுவரில் சாய்ந்து கால் நீட்டி அமர்ந்து பேசிக்கொண்டிருப்பார்கள். பெரும்பாலும் ஊருக்கே கேட்கும்படி உரக்கத்தான் பேசுவார்கள். பிறகு அவர்கள் எப்போது படுப்பார்கள், இல்லறம் நடத்துவார்கள், எப்போது உறங்குவார்கள் என்று தெரியாது. ஆனால் அந்த பிளாட்பாரத்தில் குடித்தனம் நடத்திக் குழந்தை பெற்றோர் பலர் உண்டு. பூக்கள் வெட்டவெளியில்தான் ரகசியமாகப் பூக்கின்றன.

சேத்துப்பட்டு ரயில் நிலையத்துக்கு வெளியே உள்ள பிளாட்பாரவாசிகள், கேகே நகர் ஈ.எஸ்.ஐ மருத்துவமனைக்கு அருகே வசித்த பிளாட்பாரவாசிகள், லயோலா கல்லூரி சுற்றுச்சுவர் ஓரத்தில் வசித்தவர்கள், கத்திப்பாரா மேம்பாலக் கட்டுமானப் பணியாளர்கள், கிண்டி தொழிற்பேட்டைக்கு உள்ளே வாழ்பவர்கள், தி நகர், வடபழனி பேருந்து நிலையத்தை மையமாகக் கொண்டு பிழைத்தவர்கள், மாங்காடு கோயிலை ஒட்டிய இடங்களில் இருந்தவர்கள், காசிமேடு மீனவக் குப்பத்தைச் சேர்ந்தவர்கள், மெரினா கடற்கரையிலேயே வசிப்பவர்கள் என்று பல்வேறு இடங்களில் பலதரப்பட்ட மக்களை அந்த மூன்று மாத காலத்தில் சந்தித்துப் பேசியிருக்கிறேன். அவர்கள் அனைவருக்கும் இருந்த ஒரே ஒற்றுமை, அவர்கள் யாருமே சென்னையில் பிறந்து வளர்ந்தவர்கள் இல்லை என்பதுதான். குற்றங்களைக் குறித்த சிந்தனைகூட அவர்களிடம் இல்லை. உழைக்கவும் சம்பாதிக்கவும் மட்டும் தெரிந்தவர்களாக அவர்கள் இருந்தார்கள். ஆனால் என்னைப் போலவே இரவு நேரக் குற்றவாளிகளைக் குறித்து அவர்களும் கேள்விப்பட்டிருந்தார்கள். யாராவது கடையில் புகுந்து கொள்ளையடித்துக்கொண்டு போய்விடுவார்களோ என்று ஒவ்வொரு முதலாளிக்கும் ஒரு நிரந்தர அச்சம் இருப்பதைக் குறித்து ஒவ்வொரு தொழிலாளியும் சொன்னார். ஆனால் அப்படி ஒரு சம்பவம் நடந்ததே இல்லை என்றார்கள்.

வாழ்வில் இதுவரை ஒரே ஒரு சமயத்தில்தான் குற்றத்தை நேருக்கு நேர் பார்த்தேன். ஒரு கொலை முயற்சி. அது இரவில் நடந்ததல்ல. காலை ஆறரை மணிக்கு ஓரளவு வெளிச்சம் வந்த பிறகு நடந்தது. அப்போது நாங்கள் குடியிருந்த வீட்டுக்குப் பத்தடி தொலைவில் சர்வோதயா என்றொரு பள்ளிக்கூடம் இருந்தது. அந்தப் பள்ளிக்கூடத்தின் சுற்றுச் சுவரின்மீது ஒருவன் அமர்ந்திருந்தான். தற்செயலாகவாசலுக்குவந்தஎன்கண்ணில்அதுபட்டது.அதிகாலை நேரத்தில் பொழுது போகாமல் ஒருவன் குட்டிச் சுவரின்மீது அமர்ந்திருக்கிறானே என்று நினைத்துக்கொண்டிருக்கும்போதே அந்தப் பக்கமாக ஒரு பெண் வந்தாள். அவளுக்கு இருபத்தைந்து வயது இருக்கும். அதுவரை குட்டிச்சுவரின்மீது அமைதியாக அமர்ந்திருந்தவன், அவளைக் கண்டதும் சுவர் மீதிருந்து கீழே குதித்தான். குதித்த வேகத்திலேயே சட்டைக்குள்ளே முதுகுப் பக்கம் மறைத்து வைத்திருந்த ஒரு அரிவாளை வெளியே எடுத்தான். கணப் பொழுதில் அந்தப் பெண்ணின்மீது பாய்ந்து அவள் கழுத்தில் இரண்டு முறை வெட்டினான். என் கண்ணெதிரே ஒரு கொலை முயற்சி நடக்கிறது என்பதை நான் உணர்வதற்கு முன்னால் அவன் மீண்டும் குட்டிச் சுவரின்மீது தாவி ஏறி உள்ளே குதித்து, பள்ளியின் பின்புறம் வழியே ஓடி மறைந்து போனான்.

அந்தப் பெண்ணின் அலறல் சத்தம் உயர்ந்து வீதியில் நாலைந்து பேர் கூடுவதற்குள் இவ்வளவும் நடந்து முடிந்துவிட்டது. என்ன, என்ன என்று பதறிக்கொண்டு வந்தவர்களுக்கு அவள் பதில் சொல்லவில்லை. திரைப்படங்களில் காட்டப்படுவது போல அரிவாள் வெட்டு விழுந்ததும் அவள் கழுத்தைப் பிடித்துக்கொண்டு கீழே விழவும் இல்லை. ரத்தம் சொட்டச் சொட்ட வேகவேகமாக நடந்து போனாள். 'ஜிஎச்சுக்குப் போறேங்க. நானே போயிடுறேங்க' என்று சொல்லிக்கொண்டே போனது நினைவிருக்கிறது.

பிறகு அவள் கட்டுமானப் பணியில் இருக்கும் பெண் என்றும் ஒரு கள்ளக்காதல் விவகாரத்தால் வந்த பிரச்னை என்றும் தகவல் வந்தது. வெட்டியது அவள் புருஷன்தான். இருவருமே விக்கிரவாண்டியில் இருந்து பிழைப்புத்தேடி வந்தவர்கள்.

பிழைப்பைப் பார்த்துக்கொண்டிருந்தவரை பிரச்னை இல்லாமல் தான் இருந்திருக்கிறார்கள்.

–

சென்னையும் புயலும்

பெரியதொரு மழையைப் போல எனக்கு மகிழ்ச்சி தருவது வேறில்லை. ஆனால் பெரிய மழையை மொத்தமாக இதுவரை ஏழெட்டு முறைதான் பார்த்திருப்பேன். கிராமங்களில் இருந்து முதல் முறை வருபவர்களுக்கு நகரம் எந்தளவு பிரமிப்பையும் பரவசத்தையும் தருமோ, அதைப் போலத்தான் மழை எனக்கு.

புயல் மையம் கொண்டிருப்பதாகச் செய்தியில் சொல்லிவிட்டாலே மனத்துக்குள் மேகம் திரளத் தொடங்கிவிடும். அனைத்தையும் மறந்தவிட்டு மழையைக் குறித்து யோசிக்க ஆரம்பித்துவிடுவேன். கொட்டும் மழையில் நனைவது, ஆடிப்பாடுவது போன்றவற்றில் எல்லாம் எனக்கு விருப்பம் இருந்ததில்லை. வெளியே மழை பெய்துகொண்டிருக்க வேண்டும். அதன் சத்தத்தைக் கேட்டபடி இருந்தால் போதும். எப்போதும் செய்யும் பணிகள் இன்னும் துரிதமாக நடக்கும்.

வயது சரியாக நினைவில்லை. ஏழு அல்லது எட்டு இருக்கலாம். சென்னையை அப்போது ஒரு புயல் தாக்கியது. அந்த நேரத்தில் நாங்கள் சைதாப்பேட்டையில் வார இறுதியைக் கழிப்பதற்காக வந்திருந்தோம். திடீரென்று புயல், மழை என்று ஆகிவிட்டதால் பாட்டி வீட்டிலேயே தங்க வேண்டியதாகிவிட்டது. இரண்டு நாள்

பேய் மழை. வாழ்வில் நான் கண்ட முதல் பயங்கர மழை அதுதான். ஆற்றங்கரை ஓர நகரம் என்பதால் சைதாப்பேட்டை முற்றிலுமாக நாசமாகிவிட்டது. அதுவும் கரையை ஒட்டியே இருக்கும் அபித் காலனியில் ஒரு பெரியப்பா வீடும் இரண்டு அத்தை வீடுகளும் இருந்தன. அவையெல்லாம் மூழ்கிவிட்டன என்று சொன்னார்கள். பெரியப்பா, சைதாப்பேட்டையிலேயே ஒரு பள்ளியின் தலைமை ஆசிரியராக இருந்தவர். அதனால் எல்லோரும் வீடுகளைப் பூட்டிக்கொண்டு பள்ளிக்கூடத்துக்குப் போய்த் தங்கிவிட்டார்கள். அபித் காலனிவாசிகள் அனைவருமே அவரவர் உறவினர் வீடுகளுக்குப் போய்விட்டிருந்தார்கள். போக இடமற்றவர்களை மீட்புக் குழுவினர் படகு வைத்து அழைத்துச் சென்று மாந்தோப்புப் பள்ளிக்கூடத்தில் தங்க வைத்திருப்பதாகச் செய்தி வந்தது.

புயல் ஒரு வழியாகக் கரை கடந்து, மழை கொட்டி முடித்த பின்னர் அபித் காலனிக்கு என் அப்பாவுடன் சென்று பார்த்தேன். வாழ்நாளில் மறக்கவே முடியாத காட்சி அது. என் பெரியப்பா வீட்டின் சுற்றுச் சுவர் விழுந்திருந்தது. சமையலறையின் மேற்பகுதி ஓடுகள் இடிந்துவிட்டன. முழு வீட்டிலும் ஓரடி உயரத்துக்கு சேறு படிந்திருந்தது. பீரோ போன்ற பெரிய பொருள்கள் கீழே விழுந்து, சேற்றில் புதைந்திருந்தன. முன்னதாகப் பாத்திரம் பண்டங்கள், துணிமணி, படுக்கை எல்லாம் வெள்ளத்தில் எங்கோ அடித்துச் செல்லப்பட்டுவிட்டிருந்தன. விளக்குகள், மின் விசிறி எல்லாம் உடைந்து விழுந்து நொறுங்கியிருந்தன. வீடெங்கும் பெரிய பெரிய எலிகள் ஓடிக்கொண்டிருந்தன. அது திரும்பவும் எப்படி வீடானது என்று எனக்கு நினைவில்லை.

உலகின் எல்லா பகுதிகளிலும் மழை பெய்கிறது. கடல் இருக்கும் நகரங்களைப் புயல் தாக்குகிறது. சென்னை மட்டும் எப்படி ஒவ்வொரு முறையும் தவறாமல் சர்வ நாசமாகிறது என்று நெடுநாள் எனக்குப் புரிந்ததில்லை. கடந்த நூற்று முப்பது ஆண்டுகளில் சென்னையை நேரடியாகத் தாக்கிய புயல்கள் பதினான்கு மட்டுமே. பல புயல்கள் வருவது போலப் போக்குக் காட்டி ஆந்திரத்துக்குச் சென்று விடும். சமயத்தில், ஆந்திரத்தையும் ஏமாற்றிவிட்டு ஒரிசாவில் சென்று கரை கடக்கும். இங்கே புயல் என்று செய்தி சொன்னவுடனேயே ஒரிசாவில் கரை கடக்கும் என்று தைரியமாக ஆருடம் சொல்வேன். அப்படித்தான் பெரும்பாலும் நடந்திருக்கிறது. என்னைப் போலத்தான் எல்லோரும்

கணிப்பார்கள். பெரிய அளவில் முன்னெச்சரிக்கை நடவடிக்கை எடுக்கப்படாமல் மாட்டிக்கொள்ள அதுதான் காரணம்.

1994ம் ஆண்டு. அப்போது கல்கியில் வேலை பார்த்துக் கொண்டிருந்தேன். தீபாவளி மலர் வேலைகள் முடிந்து, தீபாவளி ரிலீஸ் திரைப்படங்களைப் பார்க்கத் தயாராகிக் கொண்டிருந்தபோது ஒரு புயல் வந்தது. என் சிறு வயதில் சைதாப்பேட்டையில் தங்கிப் பார்த்த புயலைக் காட்டிலும் அந்தப் புயல் மிகுந்த சீற்றம் கொண்டிருந்தது. வரலாறு காணாத பேரழிவு என்பார்களே. அப்படியொரு கோரத் தாண்டவம். மின்சாரம் எப்போது எங்கே போனது என்றே தெரியாமல் இரண்டு மூன்று நாள்களுக்கு நகரம் முழு இருளில் மூழ்கிப் போனது. வானம் சற்று வெளுத்த பின்னர் ஈக்காடுதாங்கல் பக்கம் போய்ப் பார்த்தால் அது நானறிந்த இடம் போலவே இல்லை. காசி திரையரங்கைச் சுற்றிய பகுதிகளும் ஜாபர்கான்பேட்டையும் வெள்ள நீரில் பாதி மூழ்கியிருந்தன. அப்போது ஈக்காடுதாங்கலில் உயர் பாலம் கிடையாது. தரைப்பாலம்தான். வெள்ளம் என்ற ஒன்று வராத வரை கல்கி அலுவலகத்துக்கு காசி திரையரங்கம் பக்கத்துக் கட்டடம். அது வந்துவிட்டால், பக்கத்து ஊர். அங்க ஒரு மேம்பாலம் அவசியம் என்ற எண்ணமே அந்த 94 புயலுக்குப் பிறகுதான் தோன்றியிருக்க வேண்டும்.

அந்த வருடம் தீபாவளிக்குப் பதினொரு படங்கள் வருவதாகச் சொல்லிக்கொண்டிருந்தார்கள். ஆனால் மழை வெள்ளத்தின் காரணமாக இறுதியில் ஆறு படங்கள் மட்டும் வெளியாயின. கமலஹாசனின் 'நம்மவர்' குறித்துப் பேசாதவர்கள் இல்லை. எந்தப் பத்திரிகையைத் திறந்தாலும் *நம்மவர்* செய்திகள்தாம் நிறைந்திருக்கும். நான்கூட குடை பிடித்துக்கொண்டாவது *நம்மவர்* ப்ரீவ்யூவுக்குப் போய்விட வேண்டும் என்று நினைத்திருந்தேன். அது அப்போது முடியவில்லை என்றபோதும் வெளியான பத்து தினங்களுக்குள் எப்படியோ பார்த்துவிட்டேன். பெரிதாகக் கவரவில்லை. ஆனால் எந்த எதிர்பார்ப்பும் இல்லாமல் வெளியான *நாட்டாமை* இன்னொரு புயலே போலத் தமிழகத்தை ஓர் உலுக்கு உலுக்கியது. இப்போதெல்லாம் சிறு தூறல் போடும் நாளில் ஒரு படம் வெளியானால்கூட வசூல் அதனால் படுத்துவிட்டது என்று சொல்லிவிடுவார்கள். அன்றைக்கு அந்த வரலாறு காணாத புயலால்கூட *நாட்டாமையின்* வெற்றியைத் தடுக்க முடியவில்லை.

பிறகு ஜல், தானே, நீலம், வர்தா புயல்கள். புயல் வந்தால் மின்சாரம் போய்விடும் என்பது அப்போது சென்னையில் ஒரு மரபாகக் கடைப்பிடிக்கப்பட்டு வந்தது. மின் கம்பங்கள் தாக்கப்பட்டு மின்சாரத் தடை ஏற்படுவது வேறு. சென்னையை நோக்கிப் புயல் வருவதாக வானிலை ஆய்வு மையம் சொன்ன உடனேயே மின்சார வாரியத்தின் முதன்மை வினியோகக் கேந்திரங்கள் மூடப்பட்டுவிடும். நல்ல எண்ணத்துடன் மேற்கொள்ளப்பட்ட பாதுகாப்பு நடவடிக்கைதான். ஆனாலும் அப்படி மின் வினியோகம் முன்னதாக நிறுத்தப்பட்ட எந்த சமயத்திலும் சென்னையைப் புயல் தாக்கியதில்லை. அந்தப் புயலெல்லாம் பாதை மாறாமல் ஆந்திரத்துக்குத்தான் செல்லும். நீலம் புயல் வந்த சமயத்தில் நான் கோடம்பாக்கம் அலுவலகத்தில் இருந்தேன். புயலும் மழையும் வலுத்து, குரோம்பேட்டைக்கு ஓரிரு நாள் போகவே முடியாத சூழ்நிலை ஏற்பட்டது. மின்சாரம் போய்விட்டால் அலுவலகத்தில் எப்படித் தங்குவது என்று மிகவும் குழப்பமாக இருந்தது. ஆனால், அந்தப் புயல் சென்னையை ஒன்றும் செய்யாது என்று மின்சார வாரியம் நினைத்துவிட்டது. அல்லது குறைந்தபட்சம் கோடம்பாக்கத்தில் வினியோகத்தை நிறுத்தி வைக்க மறந்துவிட்டார்கள். புயலடித்த நேரம் முழுவதும் எனக்குத் தடையில்லாமல் மின்சாரமும் இணையமும் இருந்தது. பிராந்தியத்தில் மின்சாரமின்றி, இணையமின்றி, வேலை செய்ய முடியாமல் அவதிப்படும் யார் வேண்டுமானாலும் என் அலுவலகத்துக்கு வந்து தங்கிக்கொள்ளலாம் என்று ட்விட்டரில் ஒரு பொது அறிவிப்பே வெளியிட்டேன்.

புயலும் மழையும் சென்னையைப் பொறுத்தவரை எப்போதோ வருபவைதான். ஆனால் வந்த போதெல்லாம் தாராளமாகத் தண்ணீர் தரத் தவறியதில்லை. அதைத் தேக்கி வைக்கத்தான் வழியில்லாதிருக்கிறது. வர்தாவுக்குப் பிறகு அடையாறு, கூவம் நதிகளைக் கண்டு உண்மையிலேயே திகைத்துப் போனேன். அவ்வளவு தண்ணீரை நான் பார்த்ததேயில்லை. ஈக்காடுதாங்கல் பாலத்துக்குக் கீழே, பிரம்மபுத்திராவைப் போல அலை பொங்கி நீர் ஓடிய காட்சி இன்னும் நினைவிருக்கிறது. கட்டுமரங்கள், லாரி டயர்களை மிதக்கவிட்டு மக்கள் சந்தோஷமாகத் தீர்த்த யாத்திரை செய்தார்கள். ஆனால் எல்லாம் இரண்டொரு நாள்களுக்குத்தான். விரைவில் நதி காய்ந்துவிட்டது. சாலைகளில்தான் நெடுநாள் தண்ணீர் வற்றாதிருந்தது.

–

ஆவிகள்

சரியான உத்தியோகம் அமையாமல் சுற்றிக்கொண்டிருந்த நாள்களில் என்னோடு சேர்ந்து சுற்றிக்கொண்டிருந்த சக சரியான வேலை அமையாத நண்பர்களில் பலர், எனக்குக் கல்கியில் வேலை கிடைத்த பிறகு என்ன காரணத்தாலோ மெல்ல மெல்ல விலகிச் செல்லத் தொடங்கினார்கள். இத்தனைக்கும் எங்கள் வட்டத்தில் யாருக்கு நல்ல வேலை கிடைத்தாலும் அவர்கள் அடுத்தவர்களைக் கைதூக்கி விட்டுத்தான் மறு காரியம் பார்ப்பது என்று தீர்மானம் செய்திருந்தோம். திட்டப்படி சிலரைக் கல்கியில் எழுதவும் வைத்தேன். எழுத்தைப் பொறுத்தவரை ஒரு வழியைத் திறந்து வைப்பதை மட்டுமே உதவியாகச் செய்ய முடியும். வாய்ப்பைப் பயன்படுத்திக்கொண்டு மேலே வருவது என்பது அவரவர் எழுத்தின் தரம் சார்ந்தது மட்டுமே. அப்போது நண்பர்களாக இருந்தவர்களில் ஒருசிலர் இன்னும் தொடர்பில் இருக்கிறார்கள். எழுதிக்கொண்டும் இருக்கிறார்கள். மற்றவர்கள் தொடர்பு எல்லைக்கு வெளியே சென்றுவிட்டார்கள். ஒருவர் டிஐ சைக்கிள் நிறுவனத்தில் வேலை கிடைத்துப் போனார். இன்னொருவர் சக்தி உபாசகராகி, பகுதியளவு சாமியார் தொழில் செய்யத் தொடங்கினார். வேறொருவர் ஜோதிடத் துறையில் இறங்கி, குறுகிய காலத்தில் பெரும் செல்வந்தரானார். ஒருவர் டிகிரிக்கு மேல் டிகிரியாகப் படித்து அரசாங்கப் பரீட்சைகள் எழுதி சிவில்

சப்ளை துறையில் வேலை கிடைத்துப் போனார். வேறு சிலரைப் பற்றித் தகவல் தெரியவில்லை. மீஞ்சூரைச் சேர்ந்த ஒரு நண்பர் மட்டும் அகால மரணமடைந்துவிட்டதாகப் பல நாள் கழித்துக் கேள்விப்பட்டேன்.

நாங்கள் அனைவரும் ஒரு குழுவாக இயங்கிக்கொண்டிருந்த காலத்தில் (எண்பதுகளின் இறுதி) சென்னையில் ஆவிகளுடன் பேசுவது என்பது வேலையற்ற இளைஞர்கள் மத்தியில் மிகவும் பிரபலமான ஒரு நடைமுறையாக இருந்தது. யார் மூலமாக இந்தக் கலாசாரம் நகரத்துக்குள் வந்தது, எப்படி இளைஞர்களிடையே செல்வாக்குப் பெற்றது என்று தெரியவில்லை. ஆனால் அன்று நான் சந்தித்த - என்னைப் போன்ற ஒவ்வொருவருக்கும் ஒரே ஒரு அனுபவமாவது நிச்சயமாக இருந்தது. எழுத்து, சினிமாத் துறையில் வாய்ப்புத் தேடிக்கொண்டிருந்தவர்கள் மத்தியில் இது சிறிது அதிகமாகவே செல்வாக்குப் பெற்றிருந்தது.

நான் அப்போது இருவேறு நண்பர் வட்டங்களில் இருந்தேன். ஒன்று, எழுத்து - பத்திரிகை ஆர்வத்துடன் வாய்ப்புத் தேடிக் கொண்டிருந்த குழு. இன்னொன்று சினிமாவில் உதவி இயக்குநராக வாய்ப்புத் தேடிக்கொண்டிருந்த குழு. இரு தரப்பிலுமே எப்படியாவது ஒரு ஆவியைப் பிடித்துப் பேசி, அதன் மூலமாக எதையாவது அடைந்துவிட வேண்டும் என்ற வெறி இருந்தது. அன்றைக்கு எங்களுக்குத் தெரிந்த ஆவி உலகப் பெயர் விக்கிரவாண்டி ரவிச்சந்திரன் மட்டும்தான். அவர் ஆவியல்ல. உயிருள்ள மனிதர். ஆனால் சக மனிதர்களுடன் பேசுவது போலவே ஆவிகளுடன் பேசக்கூடியவர் என்றும் ஆவிகளைப் பற்றி ஆராய்ச்சி செய்து நிறைய எழுதுகிறார் என்றும் பலபேர் சொல்லக் கேள்விப்பட்டிருந்தோம். எப்படியாவது அவரைச் சந்தித்து எதிர்காலம் குறித்து அவரவர் மூதாதையர் ஆவியிடம் கேட்டுத் தெரிந்துகொண்டுவிட வேண்டும் என்று விரும்பினோம். அதற்கான முயற்சிகளில் இறங்க ஆயத்தமாகிக்கொண்டிருந்தபோதே எனது சினிமா நண்பர் குழுவைச் சேர்ந்த ஒருவர், யார் உதவியும் இன்றி ஆவிகளுடன் பேசக் கற்றுக்கொண்டுவிட்டதாகச் சொன்னார். சாளிக்கிராமம் தசரதபுரத்தில் இருந்த அவரது அறையில் ஒருநாள் இரவு எங்களையெல்லாம் வரச் சொல்லி, அவருடைய தாத்தாவின் ஆவியை அழைக்க ஆயத்தமானார்.

அன்றைக்குத்தான் ஓஜா போர்டு என்னும் பலகையை முதல் முதலில் பார்த்தேன். அது ஒரு நீண்ட செவ்வக வடிவ மரப் பலகை. அதன் நடுவே *A* முதல் *Z* வரை ஆங்கில எழுத்துகளும் *1* முதல் *0* வரையிலான எண்களும் எழுதப்பட்டிருந்தன. ஒரு பக்கம் சூரியன் படம். இன்னொரு பக்கம் சந்திரன் படம். (இது நண்பர் சொன்னது. அசப்பில் சூரியன், சந்திரன் இரண்டையுமே ஒரே மாதிரிதான் வரைந்திருந்தார்கள்.) தவிர *yes, no, good bye* என்ற மூன்று ஆங்கிலச் சொற்கள் அதில் எழுதப்பட்டிருந்தன. நம்பிக்கையுடன் ஒரு ஐம்பது பைசா நாணயத்தை அந்தப் பலகையின்மீது வைத்து ஆவியை அழைத்தால், நாம் விரும்பும் ஆவி அந்த அறைக்கு வரும்; நாம் கேட்கிற கேள்விகளுக்கு ஐம்பது பைசா நாணயத்தைப் பலகையில் உள்ள எழுத்துகளின் மீது நகர்த்தி நகர்த்தி சொற்களை உருவாக்கி பதில் சொல்லும் என்று நண்பர் சொன்னார்.

எனக்கு அந்த அனுபவம் புதிது. ஆர்வமும் அச்சமும் கலந்து இருந்தன. ஏழெட்டு நண்பர்கள் உடன் இருந்தபடியால் சிறிது துணிச்சலை வரவழைத்துக்கொண்டு தயாரானேன். நண்பர், இஷ்ட தெய்வங்களையெல்லாம் வேண்டிக்கொண்டு, தான் பார்த்தே இராத தனது பாட்டனாரை மானசீகத்தில் நினைத்து அழைத்தார். நாணயம் இதோ நகரும், நகரும், நகரும் என்று சொல்லிக்கொண்டே இருந்தார். பத்துப்பதினைந்து நிமிடங்கள் ஆகியும் அது நகரவில்லை. 'தோவரேன் மச்சான்' என்று சொல்லிவிட்டு சிலர் எழுந்து வெளியே போனார்கள். பிறகு அவர்கள் வரவில்லை. நெடுநேரம் முயற்சி செய்துவிட்டு நண்பர் களைத்துப் போய் பலகையை எடுத்து வைத்தார். 'என்னவோ தப்பு பண்ணியிருக்கேன். இல்லன்னா அது வராம இருக்காது' என்று சொன்னார்.

இச்சம்பவம் நடந்த சிறிது காலத்துக்குள்ளேயே நந்தனம் வீட்டு வசதி வாரியக் குடியிருப்பில் ஒரு பெரியவர் வெறும் தம்ளரை வைத்துக்கொண்டு ஆவிகளை வரவழைத்துப் பேசுகிறார் என்று கேள்விப்பட்டு, அவரைப் பார்க்கச் சென்றோம். அந்தப் பெரியவரின் பெயர் செல்லமுத்து. இப்போது அவர் மணலியில் எங்கோ இருக்கிறார் என்று கேள்விப்பட்டேன். எப்படியும் எண்பது, எண்பத்தைந்து வயதாகியிருக்கும்.

நாங்கள் நான்கு பேர் அவர் வீட்டைக் கண்டுபிடித்துப் போய்ச் சேர்ந்தபோது அவர் ஏற்கெனவே யாரோ ஒருவருக்காகத் தம்ளரை

நகர்த்தித் தகவல் சொல்லிக்கொண்டிருந்தார். ஆர்வமுடன் அந்தக் காட்சியைச் சிறிது நேரம் பார்த்தோம். அந்த நபர் விடைபெற்றுச் சென்ற பின்பு எங்களை அறிமுகப்படுத்திக்கொண்டு உதவச் சொல்லிக் கேட்டோம். அந்தப் பெரியவரைப் பற்றிய தகவல்களை விசாரித்து, முகவரியையும் கண்டுபிடித்து எங்களை அங்கு அழைத்துச் சென்றிருந்த அன்புராஜாவின் தாய் வழித் தாத்தாவை அழைப்பதே சரியானது என்று நாங்கள் ஏக மனதாக முடிவு செய்து, பெரியவர் செல்லமுத்துவிடம் தெரிவித்தோம். அவரும் ஒப்புக்கொண்டு அன்புராஜாவின் தாத்தாவான நல்ல தம்பி முதலியாரை அழைக்க முயற்சி செய்யத் தொடங்கினார்.

ஓரிரு நிமிடங்கள் ஒன்றும் நடக்கவில்லை. சட்டென்று ஏதோ ஒரு கணத்தில் அவர் விரல் வைத்திருந்த தம்ளர் மெல்ல அசைந்து கொடுக்கத் தொடங்கியது. தரையில் ஏ பி சி டி எழுதிய கட்டங்களின் நடுவே கவிழ்த்து வைக்கப்பட்டிருந்த தம்ளர் மெல்ல நகர்ந்து சி என்ற எழுத்தின்மீது சென்று நின்றது. பிறகு ஐக்குப் போனது. அங்கிருந்து என். அடுத்தது ஈ.

உண்மையில் திகைத்துப் போய்விட்டோம். ஏனெனில் சினிமாக் கனவுகளுடன் திரிந்துகொண்டிருந்ததை நாங்கள் பெரியவர் செல்லமுத்துவிடம் சொல்லியிருக்கவில்லை. அன்புராஜா உணர்ச்சி மேலிட அப்படியே விழுந்து வணங்கினார். அன்று அவர் என்னென்னவோ கேள்விகள் கேட்டார். எப்போது வாய்ப்புக் கிடைக்கும்? யாரிடம் உதவி இயக்குநராகச் சேருவார்? எத்தனை ஆண்டுகள் அப்படி இருக்கவேண்டியிருக்கும்? சொந்தமாகப் படம் இயக்க எப்போது வாய்ப்புக் கிடைக்கும்? படம் வெற்றி பெறுமா? முதல் படத்தில் யார் ஹீரோவாக இருப்பார்கள்?

சலிக்காமல் தம்ளர் நகர்ந்து பதில் சொல்லிக்கொண்டே இருந்தது. எல்லாம் ஒரு சொல் பதில்தான். ஆனால் அதுவே அன்புராஜாவுக்குப் போதுமானதாக இருந்தது. நல்ல தம்பி முதலியாரின் பூரண ஆசீர்வாதம் தனக்கு இருப்பதில் அன்புராஜாவுக்கு மட்டற்ற மகிழ்ச்சி. கிளம்பும்போதும் பெரியவர் செல்லமுத்துவை மீண்டும் ஒருமுறை விழுந்து வணங்கினார்.

அந்த ஆண்டு அக்டோபர் மாதம் அன்புராஜாவுக்கு பாரதிராஜாவிடம் உதவி இயக்குநராகச் சேர வாய்ப்புக் கிடைத்துவிடும் என்று நல்லதம்பி முதலியாரின் ஆவி சொல்லியிருந்தது. எங்கள்

ஒப்பந்தப்படி, அவருக்கு வாய்ப்புக் கிடைத்தால் அடுத்தடுத்து எங்கள் அத்தனை பேருக்கும் அவரே ஒரு வழி செய்து கொடுத்துவிடுவார். பல்லாண்டுக்காலக் கனவும் போராட்டமும் வெற்றி அடைவதென்றால் எவ்வளவு மகிழ்ச்சிக்குரியது!

ஆனால் ஆவி சொன்னது போல அக்டோபர் வரை காத்திருக்கத் தேவையில்லாமல் ஆகஸ்ட் இறுதியிலோ அல்லது செப்டெம்பர் முதல் வாரத்திலோ ஓமனில் வேலை பார்த்துக்கொண்டிருந்த அன்புவின் தாய் மாமன் முயற்சியில் அவருக்கும் அங்கே ஒரு வேலை கிடைத்தது. விசா போன்றவற்றுக்குத் தாய்மாமனே ஏற்பாடு செய்து மருமகனை அங்கே அழைத்துச் சென்றுவிட்டார்.

அன்று பெரியவர் செல்லமுத்துவைப் பார்க்கச் சென்ற எங்கள் நான்கு பேரில் என்னைத் தவிர மற்ற மூவருமே சினிமாவுக்குத் தொடர்பில்லாத ஏதோ ஒரு பணியில்தான் சேர்ந்தார்கள். ஆவி மாற்றிப் பேசியிருக்க வாய்ப்பில்லை. பெரியவர் செல்லமுத்துதான் தாத்தாவை மாற்றி அழைத்திருப்பார் என்று நினைக்கிறேன்.

–

நினைத்துப் பார்க்க முடியாத விலை

1981ல் நாவலூரில் ஒரு வீடு விலைக்கு வந்தது. இன்றைய பழைய மகாபலிபுரம் சாலையில் நாவலூர் பேருந்து நிறுத்தம் இருக்கும் இடத்துக்குப் பத்தடி தூரத்தில் அமைந்திருந்த வீடு. முக்கால் கிரவுண்டுக்குச் சிறிது அதிகமான நிலம். சுற்றிலும் அடர்த்தியாகத் தென்னை மற்றும் மா மரங்கள். மரங்களின் இடைவெளிகளில் கீரைப் பாத்திகளும் கத்திரிக்காய், வெண்டைக்காய், தக்காளிச் செடிகளும் ஒரு அவரைப் பந்தலும் மிகச் சிறிய அளவில் சிறு வெங்காயமும் பயிரிடப்பட்டிருந்தன. மொத்த இடத்தில் தோட்டம்தான் பெரிது. வீடு சிறிய, ஓட்டு வீடுதான். சுற்றிலும் வேலி போடப்பட்டு ஒரு பண்ணை வீட்டின் தோற்றத்தில் இருந்தது. ஹெட் மாஸ்டர் வாங்குவாரென்றால் விலையில் சிறிது குறைத்துக்கொள்ளலாம் என்று வீட்டின் உரிமையாளர் சொல்லி அனுப்பியிருந்தார்.அன்றுஅவர்சொன்னவிலைஇருபத்தேழாயிரம் ரூபாய். ஹெட் மாஸ்டர் வாங்குவதில் ஆர்வம் காட்டியிருந்தால் எப்படியும் இருபது இருபத்திரண்டுக்கு முடிந்திருக்கும். ஆனால் அது நம் சக்திக்கு அப்பாற்பட்ட தொகை என்று என் தந்தை சொல்லிவிட்டார். நாவலூரில் இன்று இருபத்திரண்டாயிரம் ரூபாய்க்கு அபார்ட்மெண்ட் வேண்டுமானால் வாடகைக்குக் கிடைக்கலாம்.

அந்தப் பக்கம் போக நேரும்போதெல்லாம் அந்த வீடு இருந்த இடத்தைப் பார்ப்பேன். குத்து மதிப்பாகத்தான் நினைவில் இருக்கிறது. பெரிய பெரிய மென்பொருள் நிறுவனங்களும் அடுக்கு மாடிக் குடியிருப்புகளும் கண்ணெட்டும் தொலைவுக்குப் பரவி நிறைந்து விட்டதில் அந்தக் குறிப்பிட்ட வீடு இருந்த இடம் அவ்வளவு துல்லியமாகத் தெரிவதில்லை.

ஈசிஆர் என்கிற கிழக்கு கடற்கரைச் சாலை வருவதற்கு முன்னர் அந்த இடமும் இது போலத்தான் இருந்தது. பனையூர், முட்டுக்காடு, கோவளம் பிராந்தியங்களில் பத்தாயிரம், பதினைந்தாயிரம் ரூபாய்க்கு ஏராளமான நிலம் விற்பனைக்கு இருந்தது. வாங்கத்தான் ஆள் இருக்க மாட்டார்கள். ஒரு நகரம் எப்போது, எப்படி விரிவடையும் என்று சொல்லவே முடியாது. தொழில் வளர்ச்சி கண்டால் விரிவாக்கம் நிகழும் என்பது மேலோட்டமான பதில். உண்மையில் ஒரு நகரம் தொழில் வளர்ச்சி காண்பதற்குப் பின்னால் நிறைய காரணிகள் உண்டு.

பதினேழாம் நூற்றாண்டின் மத்தியில் வியாபார நிமித்தம் சென்னையில் கால் பதித்த கிழக்கிந்திய கம்பெனி ஓரிரு கிராமங்கள் தமக்கு சகாயமாக இருந்தால் போதுமானது என்றுதான் முதலில் நினைத்தது. ஆனால் ஐம்பது வருடங்களில் மதராசபட்டிணம் கிராமம் ஒரு கார்ப்பரேஷனாக அறிவிக்கப்பட்டது. அன்றைக்கு பம்பாய் ஒரு கார்ப்பரேஷன். சென்னை ஒரு கார்ப்பரேஷன். மொத்த தேசத்தில் அவ்வளவுதான். கூவக்கரை ஓரம் சிறியதொரு கிராமமாக அறியப்பட்ட மதராசப்பட்டணம், பல கிராமங்களை உள்ளடக்கிய கார்ப்பரேஷன் ஆவதற்கு ஐம்பது ஆண்டுகள் போதுமானதாக இருந்தன. அன்று தொடங்கி அதன் வளர்ச்சி வேகம் எப்போதுமே குறைந்ததில்லை.

ஆனால் அந்த வளர்ச்சியின் ஒவ்வொரு கட்டத்துக்கும் ஒரு சரியான காரணம் இருந்தது. பஞ்சம். போர்கள். கொள்ளை நோய்கள். மத மாற்றங்கள். எல்லாமே ஒவ்வொரு எல்லை வரை நகர விஸ்தரிப்புக்குக் காரணமாகியிருக்கின்றன. பஞ்ச காலத்தில் வியாபாரிகள் எங்கெங்கிருந்தோ வந்து கடை விரித்தார்கள். தேவை இருந்தது. போர்க்காலத்தில் சகல விதமான தொழில்களும் பெருகும் அவசியம் இருந்தது. நோய்க்காலம் பற்றிச் சொல்லவே வேண்டாம். நகரத்துக்கு வந்துவிட்டால் எப்படியாவது வைத்தியம்

செய்து பிழைத்துக்கொண்டுவிடலாம் என்று எண்ணியே லட்சக்கணக்கில் இடம் பெயர்ந்திருக்கிறார்கள். தொடக்க கால மதமாற்றங்கள் நிறைய வேலை வாய்ப்புகளை உருவாக்கிக் கொடுத்திருக்கின்றன.

கம்பெனி காலத்தில் இப்படி இது விரிவடைந்ததன் தொடர்ச்சியாக இந்திய சுதந்தரத்துக்குச் சற்று முன்பு (1946 முதல்) மீண்டும் சென்னை நகர விரிவாக்கப் பணிகள் நடந்தன. கோடம்பாக்கம், மாம்பலம், சைதாப்பேட்டை, அயனாவரம், வேளச்சேரி எல்லாம் அப்போது இணைக்கப்பட்ட பகுதிகள். கோயம்பேடு, தரமணி, திருவான்மியூர், கொளத்தூர் எல்லாம் எழுபதுகளில் இணைந்தவை.

சரித்திரம் சில புள்ளிகளை மட்டும்தான் வண்ணத்தில் சுட்டிக் காட்டும். அதைப் பார்த்து முடித்துப் பார்வையை நகர்த்துவதற்கு முன்னால் நூறு புள்ளிகள் நகர்ந்து போயிருக்கும். நகர விரிவு என்பது நூறு நூறாக நூறாயிரம் புள்ளிகளின் சரித்திரத்தை உள்ளடக்கியது. தோட்டமுடன் கூடிய அந்த நாவலூர் வீட்டை வாங்க முடியாத வருத்தம் என் தந்தைக்கு நெடுநாள் இருந்திருக்க வேண்டும். முதல் முதலில் குரோம்பேட்டையில் அரை கிரவுண்டுக்குச் சற்றுக் குறைவான இடத்தில் ஒரு ஹால், ஒரு பெட்ரூம், ஒரு சமையலறை கொண்ட வீட்டைக் கட்டிக்கொண்டு வந்தபோது, கட்டியது போக எஞ்சியிருந்த அரையடி சுற்று வட்டத்தில் காய்கறித் தோட்டம் போடலாம் என்று சொன்னார். அங்கே பொன்னாங்கன்னிக் கீரை பயிரிட்டு, அறுவடை செய்து சமைத்து உண்ட பின்புதான் அவர் சமாதானமானார். பிறகு ஒன்றிரண்டு வாழை மரங்களையும் நட்டு விளைச்சல் பார்த்தது நினைவிருக்கிறது.

1989ம் ஆண்டு கிழக்கு தாம்பரத்தில் இருந்த எழுத்தாளர் ம.வே. சிவகுமாரின் வீட்டுக்கு முதல் முதலில் சென்றேன். சிவகுமார் எனக்கு ஒரு வகையில் நண்பர். இன்னொரு வகையில் ஆசிரியர். அது புரிய வைக்க முடியாத ஒரு நூதனமான உறவு. நடுவில் சண்டை போட்டுக்கொண்டு பல வருடங்கள் ஒருவரையொருவர் பார்த்துக்கொள்ளாமல் இருந்து, பிறகு மீண்டும் இணைந்தோம். இடைப்பட்ட காலத்தின் கசப்புகள் அப்போது இருவருக்குமே ஒரு பொருட்டாகத் தோன்றவில்லை. விஷயம் அதுவல்ல. நண்பராவதற்கு முன்னால் அவர் எனக்கு ஆசிரியராக மட்டும் இருந்தகாலத்தில்தான் முதல் முதலில் அவர் வீட்டுக்குச் சென்றேன்.

தாம்பரத்தில் இறங்கி அரை மணி நேரம் நடந்த பின்பும் அவர் வீடு வரவில்லை. பாடுபட்டுத் தேடித்தான் கண்டுபிடித்தேன்.

நான் சென்றபோது அவர் வீட்டுக்கும் அடுத்த வீட்டுக்கும் இடையே ஒரு வீதியளவு இடைவெளி இருந்தது. எங்கும் வெட்டவெளி. சொந்தமாக ஒரு வாகனம் மட்டும் இல்லாவிட்டால் தாம்பரம் ரயில்வே ஸ்டேஷனை அங்கிருந்து அடைவது மிகுந்த சிரமமான காரியம் என்று தோன்றியது. அக்கம்பக்கம் எந்தக் கடையும் இல்லை. என்ன அவசரமென்றாலும் தாம்பரம் மெயின் ரோடை அடைந்தால்தான் முடியும். குரோம்பேட்டையே பரவாயில்லை என்று சிவகுமாரிடம் சொன்னேன்.

'அப்படி நினைக்கற இல்ல? எண்ணி அஞ்சு வருஷம் கழிச்சிப் பாரு. இங்க நீ சைக்கிள் நிறுத்தக்கூட இடம் கிடைக்காது. செகண்ட் லைன் பீச் ரோடு மாதிரி ஆயிருக்கும்' என்று சொன்னார்.

அது உண்மை. ஐந்தல்ல; மூன்று வருடங்களிலேயே அது நடந்து விட்டது. ஆயிரக் கணக்கான குடியிருப்புகளால் கிழக்குத் தாம்பரமே திணறிப் போயிருந்தது.

மிகச் சரியாக அதே போன்ற இன்னொரு சம்பவம் என் இன்னொரு நண்பர் பார்த்தசாரதி ஒரு அபார்ட்மெண்ட் வாங்கியபோது நடந்தது. இது சமீபத்தில் நடந்ததுதான். 2005ம் ஆண்டு. எச்டிஎஃப்சி வங்கியில் கடன் வாங்கி ஃப்ளாட் வாங்கினார். அவர் வங்கிக்கு முதல் முதலில் சென்றபோது நான் உடன் சென்றேன். கடன் வாங்கியது அவர்தான் என்றாலும் எனக்குத்தான் பயமாக இருந்தது. லட்சங்களில் கடன் வாங்குவது குறித்து என்னால் அப்போது நினைத்துப் பார்க்கக்கூட முடிந்ததில்லை.

வங்கிக்குச் சென்றது போலவே அவரது அபார்ட்மெண்ட் உருவாகிக் கொண்டிருந்த இடத்துக்கும் போனேன். உண்மையில் மிகவும் அதிர்ச்சியாக இருந்தது. கைக்காங்குப்பம் என்ற அந்தப் பிராந்தியம் அப்போது வெறும் பொட்டல் வெளியாக இருந்தது. எங்கு பார்த்தாலும் சாக்கடை, பன்றிகள். 1985ல் நாங்கள் குரோம்பேட்டைக்குக் குடி வந்தபோது இருந்ததைக் காட்டிலும் மிகவும்பின்தங்கியபிராந்தியமாகஇருந்ததுகைக்காங்குப்பம்.இந்த ஜென்மத்தில் இங்கெல்லாம் சாலை வரக்கூட வாய்ப்பில்லையே என்று அவரிடம் ஆதங்கப்பட்டேன். அந்த வீடு தயாராகி அவர் குடி

போன நாள்வரை ஓயாமல் அவரைக் கிண்டல் செய்துகொண்டே இருந்தேன். ஆனால் பார்த்தசாரதி மிகவும் தெளிவாக இருந்தார். ஓரிரு வருடங்களில் கைக்காங்குப்பம் கேகே நகரைப் போல ஆகிவிடும் என்று சொன்னார். அப்படித்தான் ஆனது.

எதிர்கால வளர்ச்சியைக் கணித்து இடமோ, வீடோ வாங்கும் சாமர்த்தியம் எனக்கு என்றுமே இருந்ததில்லை. இருந்திருந்தால், குறைந்த செலவில் ஒன்றுக்கு மேற்பட்ட கோட்டைகள் கட்டியிருக்கலாம். இந்நேரம் கடன்கள்கூட அடைந்திருக்கும். என்ன செய்ய. கடனே வாங்கக்கூடாது என்பது என் தந்தையின் கொள்கை. இறுதி வரை அவர் அப்படித்தான் இருந்தார்.

இன்றுவரை நானும் அப்படியே இருக்கிறேன் என்று எண்ணித் திருப்தி அடைய வேண்டியதுதான்.

தண்ணீர்

பள்ளி நாள்களில் தற்செயலாகக் கேள்விப்பட்ட ஒரு தகவல் எனக்கு இப்போது நினைத்தாலும் வியப்பளிக்கும். மங்கோலியர்கள் குளிப்பதே இல்லை என்பதுதான் அது. என்னால் ஒருநாள்கூடக் குளிக்காமல் இருக்க முடியாது. சிலர் தினமும் இருவேளை குளிப்பார்கள். அந்தளவுக்கு இல்லை என்றாலும் காலை எட்டு, எட்டரை மணிக்குள் குளித்துவிடாவிட்டால் நான் செத்தேன். அது ஒரு தகாத காரியம் என்பதைப் போலவும், உலகின் மொத்தத் தூசும் மாசும் என்மீதுதான் மொத்தமாகப் படிந்து இருப்பது போலவும், குளித்து முடிக்கும்போது முதல் நாள் வரை செய்த மொத்தப் பாவங்களும் கழுவித் தள்ளப்படுவது போலவும் சிறு வயதில் எண்ணிக்கொள்வேன். அப்போது அது ஒரு பிடித்தமான நினைப்பு. ஆனால் மங்கோலியர்கள் வேறு விதமாக நினைப்பார்கள். குளிப்பது, உடை மாற்றுவது எல்லாம் அவர்களுக்கு அடாத செயல். நம் உடலின் அழுக்கைத் தண்ணீரால் கழுவினால், அது தண்ணீரின் அதிபதியான டிராகனுக்குக் கோபத்தைக் கொடுக்கும், பதிலுக்கு அது சபித்துவிட்டால் வாழ்வில் மீட்சியே இல்லாது போய்விடும் என்பது அவர்களது நம்பிக்கை. இன்றும்கூட மங்கோலியாவில் கிராமங்களில் வசிப்பவர்கள் தினசரி குளிப்பது கிடையாது. உடை மாற்றுவது கிடையாது. பண்டிகை நாள்களில் மட்டும் லேசாகத்

துடைத்துக்கொண்டு வேறு உடைக்கு மாறுவார்கள். குளிக்காததால் வரும் உடல் துர்நாற்றத்தைப் பற்றி அவர்கள் நினைப்பதில்லை. அதிலேயே, அப்படியே இருந்தால் பழகிவிடுமல்லவா? நகரக் கலாசாரத்துக்கு மாறியவர்கள் இந்த வழக்கத்தை விட்டிருக்கலாம். தினமும் குளிக்கத் தொடங்கியிருக்கலாம். யார் போய்ப் பார்த்தார்கள்? பிரதமரானதும் உலான் படாருக்குப் போய்வந்த நரேந்திர மோடிதான் உண்மை நிலவரத்தைச் சொல்ல வேண்டும்.

நான் வசிக்கும் அடுக்கு மாடிக் குடியிருப்பில் சுமார் முன்னூறு குடும்பங்கள் இருக்கின்றன. ஒவ்வொரு வீட்டிலும் சராசரியாக மூன்று பேர் என்று வைத்துக் கொண்டால் தொள்ளாயிரம் உருப்படிகள். ஒவ்வொரு வீடும் மாதத்துக்கு சராசரியாக எவ்வளவு தண்ணீர் செலவழிக்கிறது என்று நெடுநாள் தெரியாதிருந்தது. சென்ற ஆண்டின் தண்ணீர்ப் பஞ்சத்தின்போது வீட்டுக்கொரு மீட்டர் என்றொரு திட்டம் கொண்டு வந்தார்கள். அதன்படி மேல்நிலை நீர்த்தொட்டியில் இருந்து ஒவ்வொரு வீட்டுக் குழாய்க்கும் செல்லும் தண்ணீரின் அளவு கண்காணிக்கப்பட்டது. ஐயாயிரம் லிட்டருக்குள் செலவழித்தால் ஒரு தொகை, அதற்கு மேல் தண்ணீர் செலவானால் வேறொரு தொகை என்று கிட்டத்தட்ட மின்சார வாரியப் பாணியில் தண்ணீர்க் கட்டணம் நிர்ணயிக்கப்பட்டபோதுதான் செலவழிக்கும் தண்ணீரைக் குறித்து சிந்திக்கவே ஆரம்பித்தேன்.

ஒரு குடம், இரண்டு பக்கெட், நான்கு வாட்டர் பாட்டில் என்று சொல்லிக்கொண்டிருக்கும்வரை தண்ணீர் செலவின் சரியான கணக்கைப் புரிந்துகொள்ள முடியாது. லிட்டரில் பேசும்போதுதான் பகீர் என்றிருக்கும்.

நாம் குளிக்காதிருப்பதில்லை. துணி துவைக்காதிருப்பதில்லை. பாத்திரங்களைத் துலக்காமல், வீடு துடைக்காமல், கை கால் கழுவாமல் இருப்பதில்லை. மங்கோலியர்களைப் போல நாம் குளிர்ப் பிரதேசத்திலும் இல்லை. எனவே தண்ணீரின் தேவை நமக்குக் காற்றின் தேவையைப் போன்றதே. ஒரே ஒரு மணி நேரம் குழாயில் தண்ணீர் வராவிட்டால் எப்படித் தவிப்போம் என்பதை யாருக்கும் விளக்க வேண்டியதில்லை. அனைத்தையும் கடந்தே தண்ணீர்ப் பஞ்சத்தையும் பழகிக்கொண்டிருக்கிறோம்.

தண்ணீர்ப்பஞ்ச காலம் நெருங்குகிறது என்பதை உணர நான் சில பிரத்தியேகமான வழிமுறைகளை வைத்திருக்கிறேன். சென்னை நகர உணவகங்களில் ஒவ்வொரு மேசையின்மீதும் ஒரு தண்ணீர்க் குடுவையும் சில தம்ளர்களும் வைக்கப்பட்டிருக்கும். காலி ஆக, ஆக, குடுவையை நிரப்பி வைப்பார்கள். ஆனால் சரியாக மே மாத நடுப்பகுதி கடந்ததும் அந்தத் தண்ணீர்க் குடுவைகள் மாயமாகிவிடும். இலை போடும்போது ஒரு தம்ளர் வைத்து, குடுவையை எடுத்து வந்து அதில் நிரப்பிவிட்டு, திரும்ப எடுத்துச் சென்றுவிடுவார்கள். தண்ணீர் வேண்டும் என்று திரும்பக் கேட்டால் வந்து ஊற்றிவிட்டுப் போவார்களே தவிர குடுவையை மேசையின்மீது வைக்க மாட்டார்கள். சென்ற ஆண்டு கோடைக் காலத்தில் இந்த விஷயத்தில் உணவகங்கள் இன்னும் ஒரு படி மேலே சென்றன. தண்ணீர் தம்ளர்களே திடீரென்று பாயச கப் அளவுக்கு மாறிவிட்டன.

பஞ்சம் நெருங்குவதை உணர்வதற்கு இன்னொரு வழி, பெட்டிக் கடைகளில் இக்காலங்களில் தண்ணீர் பாக்கெட் கேட்டால் இல்லை என்று சொல்லிவிட்டு, பாட்டில்தான் இருக்கிறது என்பார்கள். ஒரு ரூபாய் தண்ணீர் பாக்கெட்டில் ஒரு தம்ளர் அளவுக்குத் தண்ணீர் இருக்கும். இதுவே ஒரு லிட்டர் பாட்டில் என்றால் நான்கு தம்ளர் தண்ணீர். பாட்டிலில் அடைத்து விற்கும்போது பதினைந்தில் இருந்து இருபது ரூபாய் வரை விலை சொல்ல முடியும். பாக்கெட் தண்ணீர் என்றால் இரண்டு ரூபாய் விலை வைத்தாலும் நான்கு பாக்கெட்டுகளுக்கு எட்டு ரூபாய்தான் ஆகும். கவனித்துப் பாருங்கள். அக்டோபர், நவம்பரில் சென்னையில் சிறிதளவு மழை பெய்துவிட்டால் அதன்பின் தண்ணீர் பாக்கெட்டுகள் தாராளமாகக் கிடைக்கும். அது இல்லாதவரை பாக்கெட் தண்ணீரைப் பார்ப்பது சிரமம்.

மூன்றாவது வழி, லாரி ஊழியர்களின் திடீர் கோரிக்கைகள். இது எப்போது கேட்கத் தொடங்குகிறதோ, அன்று தொடங்கி பதினைந்து தினங்களில் பஞ்சம் தலை விரித்தாடப் போகிறது என்று அர்த்தம். தொடர்ச்சியாக வேலை நிறுத்த அறிவிப்புகள் வரும். பேச்சு வார்த்தைச் செய்திகள் வரும். பெரிய மனது வைத்து லாரி ஊழியர்கள் தண்ணீர் கொண்டு வரச் சம்மதிப்பார்கள். குடியிருப்புகளில் திருவிழா கலெக்ஷன் போல 'லாரிக் காசு' வாங்கப்படும்.

ஆண்டாண்டுக் காலமாகச் சென்னையின் வருடாந்திரத் தண்ணீர்ப் பஞ்சக் காலங்களை இப்படித்தான் கடந்து வந்திருக்கிறேன். தமிழகத்துக்கே இது பொதுவானதுதான் என்றாலும் சென்னையில் இதன் வீரியம் சிறிது அதிகமாக இருக்கும். ஒரு பிராந்தியத்துக்கு ஒரு தண்ணீர் லாரி வருகிறதென்றால் நூறு பேர், இருநூறு பேர் குடங்களுடன் ஓடிச் சென்று முட்டி மோதும் காட்சிகளை ஒவ்வொரு நாளும் பார்க்க முடியும். குழாயடிச் சண்டைகள் என்று மேலோட்டமாக விமரிசித்துவிட்டு நகர்ந்துவிடுவார்கள். உண்மையில் தண்ணீருக்கான போராட்டம் என்பது அடிப்படை மனித சுபாவத்திலேயே மாற்றம் விளைவிக்கக்கூடியது.

முன்னர் நான் குடியிருந்த ஒரு அடுக்குமாடி வீட்டில் ஒரு குடும்பம் இருந்தது. தினமும் காலை குழாயில் தண்ணீர் வரும் நேரத்துக்கு மற்றவர்களெல்லாம் வரிசையில் வந்து காத்திருக்கும்போது, அந்தக் குறிப்பிட்ட வீட்டின் பெண்மணி மட்டும் எப்போதும் தாமதமாகவே வருவார். ஆனால் வரும்போதே அவருக்காக மற்றவர்கள் நகர்ந்து இடம் கொடுத்துவிடவேண்டும். இல்லாவிட்டால், 'பிள்ளைங்க தாகத்தால தவிக்குதுங்க. இப்படி இரக்கமே இல்லாம நடந்துக்கறிங்களே' என்று அனைவரையும் திட்டுவார். அதெப்படி காலை ஆறு மணிக்குப் பிள்ளைகள் தாகத்தால் தவிக்கும் என்று எனக்குப் புரிந்ததே இல்லை.

கோடம்பாக்கத்தில் முன்னர் வேறொரு இடத்தில் அலுவலகம் இருந்தபோது அங்கே இன்னொரு பெண்மணி இருந்தார். இவர் வீட்டு ஓனர் இல்லை. ஓனரின் சார்பில் இங்கே இருந்து வாடகை வசூல் செய்பவர் மட்டுமே. நகரில் தண்ணீர்ப் பற்றாக்குறைக் காலம் தொடங்கிவிட்டால் போதும். மோட்டார் அறையைப் பூட்டி சாவியை எடுத்துக்கொண்டு போய்விடுவார். அதாவது காலை ஒருமுறை மோட்டார் போட்டு மேலே ஏற்றி வைத்திருக்கும் தண்ணீர் காலியாகும்வரை செலவழிக்கலாம். அதற்குப் பிறகு கிடையாது. மறுநாள் அவர் சுப்ரபாத சேவைக்கு வந்து மோட்டார் அறைக் கதவைத் திறக்கும்போதுதான் மீண்டும் தண்ணீர். இத்தனைக்கும் அந்தப் பிராந்தியத்தில் நிலத்தடி நீர் கையிருப்பு அவ்வளவு மோசம் கிடையாது.

சொல்ல வருவது, அது ஒரு மனநிலை. எனக்குத் தெரிந்து சென்னையில் யாரும் குடங்களைத் தூக்கிக்கொண்டு மைல்

கணக்கில் நடந்து சென்று தண்ணீர் எடுத்து வருவதில்லை. முன்னொரு காலத்தில் இருந்திருக்கலாம். எண்பதுகளில் தெருக்குழாயில் தண்ணீர் பிடித்துக்கொண்டு வரும் காட்சிகளைக் கண்டிருக்கிறேன். தொண்ணூறுகளுக்குப் பிறகு வீட்டுக்கு வீடு குழாய் வந்துவிட்டது. குழாய்களில் தண்ணீர் வராத சூழல் உண்டானபோது லாரிகள் வரத் தொடங்கிவிட்டன. இதனால், தண்ணீர் பிரச்னை என்பது தண்ணீர் இல்லாமல் போவது என்பதில் இருந்து தண்ணீருக்கு அதிகம் செலவழிப்பது என்ற நிலையாக மாற்றம் கண்டது.

இந்த வருடம் சென்னையின் கோடை வழக்கத்தைவிடச் சிறிது உக்கிரமடைந்திருப்பது போலவே தோன்றுகிறது. தண்ணீர்ப் பிரச்னையும் உச்சத்தைத் தொடும் என்பது இப்போதே தெரிந்துவிட்டது. இன்று காலை எங்கள் அடுக்குமாடி அசோசியேஷன் செகரெட்டரி ஒரு மின்னஞ்சல் அனுப்பியிருக்கிறார். நிலத்தடி நீர்ப் பற்றாக்குறை உருவாகிவிட்டது என்றும் லாரித் தண்ணீர் வாங்கவேண்டியிருப்பதால் முன்பணமாக வீட்டுக்கு இவ்வளவு என்று கணக்குப் போட்ட எக்செல் ஷீட்டையும் இணைத்து அனுப்பியிருக்கிறார்.

கிருமி வரும் போகும். சென்னையின் தண்ணீர்ப் பஞ்சம் மட்டும் எப்போதும் இருக்கும்.

–

கோடம்பாக்கம் - சில குறிப்புகள்

2008ம் ஆண்டு தொழில் நிமித்தம் குரோம்பேட்டையில் இருந்து கோடம்பாக்கத்துக்குக் குடி போனேன். குரோம்பேட்டையில் இருந்தது சொந்த வீடு. கோடம்பாக்கத்தில் வாடகை வீடு. அது குறித்த சிறு வருத்தம் அப்போது இருந்தாலும் ஓரிரு மாதங்களில் மனம் சமாதானமாகிவிட்டது. காரணம், கோடம்பாக்கத்தில் எதையும் நினைத்த மறு கணமே செய்ய முடிந்ததுதான். முக்கியமாக, பயணம்.

குரோம்பேட்டையில் இருந்து நகர மையத்துக்கு வருவது என்பது ஊருக்குப் போவதைப் போன்ற ஒரு செயல். உதாரணமாக, என்றாவது கடற்கரைக்குச் செல்லலாம் என்று நினைத்தால் அன்றைக்குக் காலையே அதற்குத் திட்டமிட வேண்டும். மாலை நான்கு மணிக்குக்கிளம்பினால்ஐந்தரைக்குப்போய்ச்சேரமுடியும். கடற்கரையில் ஏழு மணி வரை இருந்துவிட்டுக் கிளம்பினால் வீடு வந்து சேர ஒன்பது மணியாகும். சமயத்தில் அதற்கு மேலும் ஆகலாம். ஒரு நாளின் முழு பிற்பகுதியை அதற்காக ஒதுக்கினால் மட்டுமே ஒன்றரை இரண்டு மணி நேர ஓய்வைக் கடற்கரையில் அனுபவிக்க முடியும். அதுகூடப் பரவாயில்லை. தி நகரில் கடைகளுக்குப் போகவேண்டும் என்றால் முழு நாளை அதற்காக ஒதுக்கிவிட வேண்டும். சினிமாக்களுக்குப் போவதோ, வேறு

எதற்காகவாவது நகரத்துக்குள் வருவதோ ஒரு தனி வேலையாகத் தோன்றும். இதனாலேயே அனைத்தையும் தள்ளிப் போடுவது அல்லது உள்ளூரிலேயே முடித்துக்கொள்வதற்கு என்ன வழி என்று தேடுவது வழக்கமானது.

ஆனால் கோடம்பாக்கத்துக்குக் குடி போனபின்பு, எங்கு போவதென்றாலும் அது அதிகபட்சம் பத்து நிமிடத் தொலைவுக்குள்ளேயே இருந்தது. இது மிகுந்த மகிழ்ச்சியையும் உற்சாகத்தையும் அளித்தது. எனக்குப் புவியியல் சார்ந்த அறிவு மிகவும் குறைவு. திசைக் குழப்பம், தூரக் குழப்பம், வழிக் குழப்பங்கள் இப்போதும் உண்டு. சுருக்கு வழி என்று யார் எதைச் சுட்டிக் காட்டினாலும் என் மனம் பழகிய பாதையிலேயே எப்போதும் செல்வேன். அது எவ்வளவு சுற்று வழியானாலும் சரி. இதனாலேயே குரோம்பேட்டையில் இருந்தபோது இயல்பாக ஆகக்கூடியப் பயண தூரங்கள் எனக்கென்று சிறப்பாக ஒரு பத்துப் பதினைந்து நிமிடங்கள் கூட்டிக் கொடுக்கும். கோடம்பாக்கம் சென்றபின் இந்தத் தொல்லை இல்லாமல் போனது. எனது வழக்கமான கிறுக்குத்தனங்களையும் உள்ளடக்கியே பத்து நிமிடத் தொலைவில் எந்த இடத்தையும் அடைந்துவிட முடிந்தது.

கோடம்பாக்கம் முன்னொரு நாளில் வடபழனி, சாலிக்கிராமம், விருகம்பாக்கம், வளசரவாக்கம் வரை உள்ளடக்கியதாக இருந்திருக்க வேண்டும். அதனை ஒரு சினிமாப் பேட்டையாகச் சொல்லும் வழக்கம் இன்றுவரை உள்ளது. எனக்குத் தெரிந்து இன்றைய கோடம்பாக்கத்தில் சில சினிமாக்காரர்கள் குடியிருக்கிறார்களே தவிர அதனை ஒரு திரைப்பட நகரமாகச் சொல்லமுடியாது. பெரும்பாலானசினிமாக்காரர்கள்வடபழனிக்கு அந்தப் பக்கம்தான் வீடு கட்டி வாழ்கிறார்கள். புகழ்பெற்ற ஸ்டுடியோக்களாக இருந்து இன்று அடையாளம் இழந்து போன அனைத்தும் வடபழனி, சாலிக்கிராமம், வளசரவாக்கம், விருகம்பாக்கம் பகுதிகளில்தான் உள்ளன. டைரக்டர்ஸ் காலனி என்றொரு பகுதி கோடம்பாக்கத்தில் இருந்தாலும் அங்கே இயக்குநர்கள் யாரையும் நான் கண்டதில்லை. ஒட்டுமொத்தமாக சினிமா வாசனையே இல்லாமல் போய்விடக்கூடாது என்பதற்காகச் சில யூனியன் அலுவலகங்கள் மட்டும் உள்ளன. ஸ்டண்ட் யூனியன், டான்ஸ் யூனியன் இந்த மாதிரி.

தி நகர் அளவுக்குக் கோடம்பாக்கத்தில் பெரிய பெரிய வர்த்தக நிறுவனங்கள் கிடையாது. பதினெட்டாம் நூற்றாண்டில் இருந்து எழுதி வைக்கப்பட்ட சரித்திரம் இருந்தாலும் வியந்து சொல்லுமளவுக்கு ஒரு நல்ல உணவகம் கிடையாது. பக்கத்துப் பேட்டையான மேற்கு மாம்பலத்தின் மெஸ் கலாசாரமாவது இங்குண்டா என்றால் அதுவும் இல்லை. மேம்பாலத்தின் அடியில் மசூதிக்கு அருகே ஒரு டட்டா உடுப்பி ஓட்டல் உண்டு. ஓரளவு தரமான சிற்றுண்டி அங்கு கிடைக்கும். தொண்ணூறுகள்வரை கோடம்பாக்கத்தின் ஒரே உருப்படியான உணவகம் என்றால் அதுதான். ஈழ எழுத்தாளர் எஸ்.பொ. இங்கே வசித்த காலத்தில் அவரைச் சந்திப்பதற்கு என் நண்பர்கள் ஆர். வெங்கடேஷ் மற்றும் யுகபாரதியுடன் செல்வேன். டட்டா உடுப்பியில் இரண்டு இட்லி சாப்பிட்டு காப்பி குடித்துவிட்டு அவரது 'மித்ர' அலுவலகத்தில் உட்கார்ந்து பேசிக்கொண்டிருப்போம். வயது பேதமில்லாமல் எங்களுடன் அவ்வளவு பேசுவார். (எஸ்.பொவின் வாழ்வனுபவத் தொகுப்பு நூலான 'வரலாற்றில் வாழ்தல்' உருவாக்கத்தில் யுகபாரதியின் பங்கு மிகப் பெரிது.) கோடம்பாக்கத்தில் வசித்த மிகப்பெரிய ஆகிருதியாக என்னால் அவரை மட்டுமே நினைவுகூர முடிகிறது. அவருக்குப் பிறகு ரகுமான்.

பெரிய பேட்டைதான். ஆனால் நல்ல மருத்துவமனைகள், பூங்காக்கள், விளையாட்டு மைதானங்கள், திரையரங்குகள், மால்கள்எதுவும்கிடையாது. இருந்தஒருலிபர்ட்டிதிரையரங்கமும் இன்று இல்லை. பேர் சொல்ல ஒரே ஒரு வெங்கீசுவரர் ஆலயம் இருக்கிறது. புராதனமானது. மற்றபடி எந்த சிறப்பான குறிப்பிடலுக்கும் இடம் தராத பிராந்தியம். 1997க்கு முன்னால் சாமியார் மடத்துக்கு எதிரே ஒரு பூங்காவுடன் கூடிய ஆவின் பாலகம் இருந்தது. மரங்கள் அடர்ந்த அழகான இடம். உட்கார்ந்து பேச வசதியாக இருக்கும். பிறகு ஆவின் இடம் பெயர்ந்தது. பூங்காவும் இல்லாமல் போய் அங்கே பிரவுன் ஸ்டார் ஓட்டலும் அட்சயா ஓட்டலும் வந்துவிட்டன.

ஆனபோதிலும் சென்னை நகரின் மற்ற அனைத்துப் பேட்டைகளைக் காட்டிலும் கோடம்பாக்கத்தை எனக்குப் பிடிக்கும். ஏனெனில் எதெல்லாம் இல்லை என்று சொன்னேனோ அது எதையுமே அங்குள்ளவர்கள் இதுவரை ஒருமுறைகூட

உணர்ந்திருக்க மாட்டார்கள். அவை அனைத்துமே நான்கு திசைகளிலும் ஐந்து நிமிட தூரத்தில் உண்டு. என்ன ஒன்று பின்கோடு மட்டும் வேறாக இருக்கும்.

எட்டாண்டுக் காலம் கோடம்பாக்கத்தில் குடியிருந்தேன். பிறகு குரோம்பேட்டைக்குத் திரும்பி வந்துவிட்டேன். ஆனாலும் கோடம்பாக்கத் தொடர்பை விடத் தோன்றவில்லை. குடியிருந்த வீட்டையே அலுவலகமாக வைத்துக்கொண்டேன். நகரத்தின் மையப் பகுதி என்றாலும் பாரம்பரிய மரபுகளையும் கலாசாரத்தையும் விடாமல் காப்பாற்றுகிற மக்கள் நிறைந்த பிராந்தியம். அங்கே என் அலுவலக வாசலில் ஒரு சிறிய கோயில் உண்டு. நாகவல்லி அம்மன் கோயில். ஆடி மாதம் வந்துவிட்டால் பகுதியே அமர்க்களப்படும். வீதியை அடைத்துப் பந்தல் போட்டுத் திருவிழா நடத்துவார்கள். கோடம்பாக்கம் என்பதால் கலை இயக்குநர்களின் சகாயம் இல்லாதிருக்குமா? ஆளுயர அம்மன் சிலையை அட்டையில் செய்து தருவார்கள். ஆட்டம், பாட்டம், வாணவேடிக்கைகள் என்று எதிலும் குறைவிருக்காது. அனைத்திலும் உச்சம், ஆடித் திருவிழாவின் இறுதியில் நடக்கும் சாமியாடி உற்சவம். கோடம்பாக்கம் முழுவதிலும் இருந்து பெண்கள் அந்தத் திருவிழாவுக்கு வந்து கூடுவார்கள். மாலை ஆறு மணிக்கு ஆரம்பித்து இரவு பத்தரை, பதினொன்று வரை போகும். ஒரு பக்கம் சாமியாடும் பெண்களின் கூட்டம் என்றால் மறுபுறம் அதைக் காண வந்திருக்கும் பக்தர்களின் கூட்டம். விதவிதமான அம்மன்கள் வேறு வேறு பெண்களுக்குள் புகுந்துகொண்டு ஆடித்தீர்த்து அருள்வாக்கு சொல்வார்கள். இதில் எப்போதும் எனக்கு வியப்புத் தரும் விஷயம் ஒன்றுண்டு. எந்த அம்மனும் அடுத்த அம்மனுக்குக் குறுக்கே வராது. ஒரு பெண் சாமியாடி முடித்த பின்புதான் அடுத்த பெண் ஆடத் தொடங்குவார். கையில் மைக் வைத்திருக்கும் பூசாரி ஒவ்வொரு பெண்ணிடமும் வந்து, 'அம்மா நீ யாரு? எந்த ஊரு அம்மன்? எதுக்காக வந்திருக்க?' என்று இண்டர்வியு செய்வார். தமிழகம் முழுவதிலும் இருந்து அம்மன்கள் அந்த ஒரு நாளில் கோடம்பாக்கத்துக்குத் தவறாமல் வருவார்கள்.

கோயில் திருவிழாக்கள் அனைத்துமே பசித்தோருக்கு உணவிடுவதை ஒரு முக்கிய அங்கமாகக் கொண்டவை.

கோடம்பாக்கம் நாகவல்லி அம்மன் ஆலயத்தில் ஆடி மாதம் முழுவதும் பிரசாதத் திருவிழாவும் சேர்ந்து நடக்கும். இதில் சில நாள்களில் கறி விருந்தும் இருக்கும்.

இந்தக் கோயிலுக்குச் சிறிது தொலைவிலேயே, அம்பேத்கர் சாலையைக்கடந்தால்காளிபாரி கோயில் என்றொரு வடக்கத்தியப் பாணி காளி கோயில் இருக்கிறது. ரங்கராஜபுரத்து சாய்பாபா கோயிலுக்கு நெருக்கம். உண்மையில் அம்பேத்கர் சாலைக்கு அந்தப் பக்கம் இருக்கிறவர்களுக்குக் காளிபாரியும் இந்தப் பக்கம் இருப்பவர்களுக்கு நாகவல்லியும்தான் காவல் தெய்வங்கள். இந்த இரு கோயில்களில் நடக்கிற அளவுக்கு சிரத்தையான தினசரி பூஜை புனஸ்காரங்களும் வருடாந்திரத் திருவிழாக்களும் சென்னையில் பிற கோயில்களில் நடக்குமா என்பது சந்தேகம். அவ்வளவு அழகாகச் செய்வார்கள்.

ஒரு காலத்தில் கோடம்பாக்கம், நவாபுகளின் குதிரை லாயமாக இருந்த பிராந்தியம் என்று சொல்வார்கள். இன்றைக்கும் லாயம்தான். குதிரைகளின் இடத்தைக் கிருமி ஆக்கிரமித்துக்கொண்டிருக்கிறது.

–

காந்தியும் காதலர்களும்

வேலை கிடைத்து, போய்க்கொண்டிருப்பதாக வீட்டில் பொய் சொல்லிவிட்டு சுமார் ஆறு மாத காலம் கனிமரா மற்றும் தேவநேயப் பாவாணர் நூலகங்களில் வாழ்ந்துகொண்டிருந்தேன். காலைப் பொழுதுகளில் பத்திரிகை, சினிமா அலுவலகங்களுக்குச் சென்று வாய்ப்புத் தேடுவதும் பிற்பகல் இந்த நூலகங்களில் வந்து அமர்ந்து படிப்பதுமாக நாள்கள் கழிந்துகொண்டிருந்தன. கன்னிமரா நூலகத்தில் அப்போது அறிமுகமான சவரிமுத்து என்கிற ஒரு கடைநிலை ஊழியர் (இவரைக் குறித்து 'தாயி'ல் ஒரு சிறுகதை எழுதியிருக்கிறேன்.) காந்தி மண்டபத்தில் உள்ள ஒரு நூலகத்தைப் பற்றிச் சொன்னார். காந்தியின் எழுத்துகளைப் படிக்கவேண்டுமானால் அங்கே செல்வதுதான் சரி என்று எனக்கு வழி காட்டியவர் அவர்தான்.

அப்போது ஏன் எனக்கு காந்தியைப் படிக்கத் தோன்றியது என்று தெரியவில்லை. படித்த படிப்பை முடிக்கவில்லை. நிறையப் பாடங்களில் தோற்றிருந்தேன். அதை வீட்டில் சொல்லாமல் மறைத்து வைக்கும் முயற்சியில் ஒன்றன் மீது ஒன்றாக ஏராளமான பொய்களை ஒரு மாளிகை கட்டும் பொறுமையுடன் கட்டவேண்டியிருந்தது. ஒவ்வொரு நாளும் பொய்களுக்காகவே

மணிக்கணக்கில் யோசிப்பவனாக இருந்தேன். திடீர் திடீரென்று சுய வெறுப்பும் சுய இரக்கமும் பொங்கும். பெரும்பாலும் அது மதிய நேரத்தில்தான் இருக்கும். நூலகங்களில் புத்தக அடுக்குகளின் நடுவே நின்றுகொண்டு பழுப்பேறிய புத்தகங்களில் முகத்தை மறைத்துக்கொண்டு அழுவது பிடித்திருந்தது. படிப்பதற்காக நூலகம் போவது போக, அழுவதற்காகவே போகிறவனாகவும் ஆனேன். அந்நாளில்தான் கனிமராவில் சத்திய சோதனையைப் படித்தேன். காந்தியைக் குறித்து லூயி ஃபிஷர் எழுதிய புத்தகத்தை அங்கேதான் படித்தேன். நவஜீவன் பிரசுராலயம் வெளியிட்டிருந்த காந்தியின் எழுத்துகள் அடங்கிய ஒரு சிறு மொழிபெயர்ப்பு நூல் தற்செயலாகக் கிடைக்க, அதையும் படித்த பின்புதான் காந்தியை முழுக்கப் படிக்க வேண்டும் என்ற ஆர்வம் வந்திருக்க வேண்டும். நூலகத்தில் அறிமுகமான சவரி முத்து என்னை காந்தி மண்டப நூலகத்துக்குப் போகச் சொன்னார்.

சிறு வயது முதல் காந்தி மண்டபத்துக்குப் பலமுறை சென்றிருந்தாலும் அங்கே ஒரு நூலகம் இருப்பது தெரியாது. பிரதான மண்டபத்துக்குச் சற்றுத் தள்ளி ஒதுக்குப்புறமாக ஒரு சிறிய கட்டடத்தில் அந்த நூலகம் இயங்கியது. அந்த நூலகத்தை நோக்கமாகக் கொண்டு அங்கு வருவோர் யார் என்று தெரியாது. அந்நாளில் காந்தி மண்டபத்துக்கு வருபவர்களில் காதலர்களே மிகுதி. சென்னையின் சுட்டெரிக்கும் வெயிலில் இருந்து தப்பித்து, காதலர்கள் அமைதியாக அமர்ந்து காதலிக்க காந்தி மண்டபத்தினும் சிறந்த இடம் வேறில்லை. மண்டபத்தைச் சுற்றிலும் நிறைய மரங்கள் இருக்கும். ஒவ்வொரு மரத்தடியிலும் ஒரு காதல் ஜோடி எப்போதும் அமர்ந்திருக்கும். காலை ஒன்பது மணியில் இருந்து மாலை ஆறு மணிவரை எந்நேரம் போனாலும் காதலர்களைப் பார்க்கக்கூடிய ஒரே இடம் அதுதான். யார் பார்ப்பது பற்றியும் அவர்கள் கவலைப்பட மாட்டார்கள். நாள் முழுவதும் பேசி விவாதிப்பதற்கு அவர்களுக்கு நிறைய விஷயங்கள் இருக்கும்.

மரத்தடிகளை அவர்கள் கைப்பற்றிவிடுவதால் படிப்பதற்காக வரும் அண்ணா பல்கலைக் கழக, அழகப்பா பொறியியல் கல்லூரி மாணவர்கள் மண்டபத்துக்குள்ளே இருக்கும் சொற்பொழிவு அரங்கில் மூலைக்கு மூலை அமர்வார்கள். தரையில் நீள நீளமான நோட்டுப் புத்தகங்களை விரித்து வைத்துக்கொண்டு எதையாவது

எழுதிக்கொண்டோ, படம் வரைந்துகொண்டோ இருப்பார்கள். காந்தி மண்டபத்தையே படிப்பகமாகக் கொண்டு பல ஆசிரியர்கள் டியூஷன் வகுப்புகளும் நடத்திப் பார்த்திருக்கிறேன். தினமும் மாலை நான்கு மணி முதல் ஆறு மணி வரை நான்கைந்து டியூஷன் மாஸ்டர்கள் அங்கே இருப்பார்கள். அவர்களிடம் படிப்பதற்குச் சில மாணவர்கள் வருவார்கள். இவர்களையும் தவிர, ஓய்வு பெற்று வீட்டில் இருக்க முடியாதவர்கள், விற்பனைப் பிரதிநிதிகள், கவலைப்படுவதற்கென்றே இடம் தேடி வருபவர்கள் என்று காந்தி மண்டபத்துக்கு வருவோர் பல விதமானவர்கள். எங்கோ கஞ்சா குடித்துவிட்டு அங்கே வந்து நாளெல்லாம் படுத்து உறங்குவோரும் உண்டு.

மதிய வேளைகளில் இவர்களைக் குறி வைத்து, சில கிழவிகள் கூடையில் எலுமிச்சை சாதப் பொட்டலம் எடுத்து வந்து விற்பார்கள். மண்டபத்துக்கு வெளியிலேயே தள்ளு வண்டிக் கடைகள் இருக்கும் என்றாலும் இந்தக் கூடை சாதத்துக்கு ரசிகர்கள் அதிகம். ஒரு பொட்டலம் சாதம் பத்து ரூபாய். நானும் வாங்கிச் சாப்பிட்டிருக்கிறேன். எலுமிச்சை வாசனை அவ்வளவாக இருக்காது என்றாலும் அது எலுமிச்சை சாதம்தான். தொட்டுக்கொள்ள ஊறுகாய் இருக்கும். மாலை வேளை என்றால் வறுத்த வேர்க்கடலை, பட்டாணி.

இப்படிப்பட்ட நிரந்தரக் குடியிருப்பாளர்களுக்கு ஒரே பிரச்னை, எப்போதாவது அங்கே வந்துவிடும் வெளியூர் மற்றும் வெளிநாட்டு சுற்றுலாப் பயணிகள். அரசு சுற்றுலாத் துறை ஏற்பாடு செய்யும் ஒருநாள் சென்னைச் சுற்றுலாத் திட்டத்தில் காந்தி மண்டபம் ஓரிடமாக இருக்கும். திடீரென்று ஒரு பேருந்து வந்து நின்று, இருபத்தைந்து, முப்பது பேர் மொத்தமாக இறங்கி வருவார்கள். அவர்களுக்குச் சுற்றிக்காட்ட வரும் கைடுகள் மகாதேவ தேசாயைக் காட்டிலும் காந்தியை அறிந்தவர்களாக இருப்பார்கள். வாய் ஓயாமல் அவர்கள் காந்தி குறித்தும் காந்தி மண்டபத்தின் அருமைகள் குறித்தும் சொல்வதைப் பலநாள் கேட்டிருக்கிறேன். இந்த சுற்றுலாப் பயணிகளின் கையில் பெரும்பாலும் காமரா இருக்கும். மரத்தடிக் காதல் பெண்கள் அச்சமயங்களில் முகத்தை மூடிக்கொண்டு காதலிப்பார்கள். அல்லது எழுந்து காமராஜர் நினைவில்லத்துக்கோ, ராஜாஜி நினைவில்லத்துக்கோ

போய்விடுவார்கள். ஆனால் அங்கெல்லாம் காந்தி மண்டபம் அளவுக்கு நிழல் வெளி கிடையாது. மரங்கள் கிடையாது. தவிர, அந்தளவு சுத்தமாகவும் இருக்காது.

அப்படிக் காதலுக்கும் படிப்புக்கும் தடை வரும்போதுகூட அவர்களில் யாரும் எழுந்து நூலகத்துக்குள் வந்ததில்லை.

காந்தி மண்டப நூலகம் சிறியதுதான். ஆனால் காந்தியைக் குறித்து அறிவதற்குத் தேவையான அனைத்துப் புத்தகங்களும் அங்கே உண்டு. கெடுபிடிகள் இல்லாத, சுதந்தரமான இடம். அமைதியாக அமர்ந்து படிக்க முடியும். எப்போதாவது சில ஆய்வாளர்கள் வருவார்கள். மற்றபடி பேப்பர் படிக்க வருபவர்கள்தான் மிகுதி. படித்துவிட்டு அவர்களும் எழுந்து வெளியே மரத்தடிக்குச் சென்று படுத்துக்கொண்டு விடுவார்கள். சுமார் மூன்று மாத காலம் நான் அந்த நூலகத்துக்கு தினமும் சென்றேன். அப்போது தமிழ் மொழிபெயர்ப்புகள் அதிகம் வந்திருக்கவில்லை. என்னுடைய ஆங்கில அறிவு அவ்வளவு ஒன்றும் சிறப்பானது இல்லை. எனவே இருந்த தமிழ் நூல்களில் பெரும்பாலானவற்றைப் படித்துவிடுவது என்று திட்டம் வைத்துக்கொண்டு படித்தேன். ஓரளவு நினைத்ததைச் செய்தேன் என்றுதான் நினைக்கிறேன். பின்னாளில் காந்தியின் மொத்த எழுத்துகளையும் வாங்கிப் படிக்க (இன்னும் முடிக்கவில்லை) அன்று அந்த நூலகத்தில் வாசித்தவையே தூண்டுகோல்.

இதற்கெல்லாம் சில வருடங்கள் கழித்து காந்தி மண்டபத்துக்கு மீண்டும் தொடர்ந்து செல்லவேண்டி வந்தது. முந்தைய முறை சென்றபோது இருந்த மன அழுத்தங்களும் அச்சமும் அப்போது இல்லை. ஓரளவு எழுதத் தொடங்கியிருந்தேன். மொழியைச் செம்மைப்படுத்திக்கொள்வதற்காக நிறையப் படிக்கவேண்டும் என்றுதிட்டம்வைத்துக்கொண்டுநானும்ஆர்.வெங்கடேஷும்என் சரித்திரம் போன்ற புத்தகங்களை எடுத்துக்கொண்டு செல்வோம். இருவரும் மாற்றி மாற்றிப் படித்து அது குறித்து விவாதிப்போம். அதுவும்கூட ஓரளவு சரியாகவே நடந்தது என்று நினைக்கிறேன். ஆனால் எழுதுவதற்காக காந்தி மண்டபம் போனபோதுதான் ஒன்றும் நடக்காமல் போனது.

படிக்கச் சென்றபோது பெரிய அளவில் பாதிக்காத காந்தி மண்டபத்துக் காதலர்கள் எழுதச் சென்றபோது மிகவும் தொந்தரவு செய்தார்கள்.

வக்கு இருப்பவர்கள் காதலிக்கிறார்கள்; அது இல்லாதவர்கள் காதல் கதை எழுத முயற்சி செய்கிறார்கள் என்று தோன்றும். அப்படித் தோன்றிவிட்டால் மனம் சோர்ந்துவிடும். இப்போதுகூட ஏதேனும் கதையில் அல்லது தொலைக்காட்சி சீரியல் பணியில் காதல் காட்சி எழுதவேண்டி வந்தால் உடனே காந்தி மண்டபக் காலம் நினைவுக்கு வந்துவிடும். அன்று நான் பார்த்த காதலர்களுள் எத்தனைப் பேர் திருமணம் செய்துகொண்டார்கள், எத்தனைக் காதல் காந்தி மண்டபத்துடன் நிறைவு பெற்றது என்று தெரியாது. எப்படியானாலும் ஒவ்வொருவருக்கும் ஒரு வாழ்க்கை அமைந்திருக்கும். என்னைப் போல அந்நாளை எண்ணிப் பார்க்க ஒரு சந்தர்ப்பம் அமையாமல் போகாது. ஆனால் அப்போதும் அவர்கள் அந்த நூலகத்துக்குள் ஒரு நாளும் நுழைந்து பார்த்திராதது குறித்து நினைப்பார்கள் என்று தோன்றவில்லை.

–

வண்ணக் கனவுகள்

எண்பதுகளில், தொண்ணூறுகளில் சென்னையில் நான் கண்ட ஒரு காட்சி எக்காலத்திலும் தமிழகத்தின் வேறு எந்த ஊரிலும் நடந்திருக்க வாய்ப்பில்லை. சென்னையிலேயே கூட இரண்டாயிரமாவது ஆண்டுக்குப் பிறகு இந்தக் கலாசாரம் அநேகமாக வழக்கொழிந்து விட்டது என்று நினைக்கிறேன். அது, சினிமா வாய்ப்புக் கேட்டு கம்பெனிகளை முற்றுகையிடுவது.

படம் எடுப்பவர்கள், முதலீடு செய்பவர்கள், நடிப்பவர்கள், மற்ற தொழில்நுட்ப வல்லுனர்களைப் போலவே வாய்ப்புக் கேட்டு அலைபவர்களையும் நான் 'சினிமாக்காரர்கள்' என்னும் பொது அடையாளத்துக்கு உட்படுத்த விரும்புகிறேன். ஏனெனில் அன்று வாய்ப்புக் கேட்டு அலைந்துகொண்டிருந்தவர்களில் பலருக்கு சினிமாவுக்குள் இருப்பவர்கள் அளவுக்கே அந்தத் துறை சார்ந்த அறிவும் ஆற்றலும் இருந்தது. வாய்ப்பு அமையாமல் இருந்தது மட்டும்தான் வித்தியாசம்.

சென்னையில் சினிமா வாய்ப்புக்காக அலைபவர்களை இரண்டு பிரிவுகளுக்கு உட்படுத்தலாம். வாய்ப்புத் தேடும் சென்னைக்காரர்கள். சென்னைக்கு வந்து வாய்ப்புத் தேடும் வெளியூர்க்காரர்கள். இவர்களுக்குள் ஒரு வித்தியாசம் உண்டு.

சினிமா வாய்ப்புத் தேடும் சென்னைக்காரர்களுக்கு அதுவே முழு நேர வேலையாக இருக்கும். வெளியூரில் இருந்து வந்து இங்கே தங்கிக்கொண்டு வாய்ப்புத் தேடுவோருக்குக் குறைந்த பட்சம் தங்கவும் உண்ணவும் ஒரு தொகை தேவைப்படும். அதற்காக அவர்கள் எங்கேனும் வேலை பார்ப்பார்கள். சிறிய வேலைகள்தாம். உணவகங்களில், துணிக்கடைகளில், பாத்திரக் கடைகளில் இந்த மாதிரி. ஓர் அறை எடுத்துக்கொண்டு ஏழெட்டுப் பேராக மொத்தமாகத் தங்கி வாய்ப்புத் தேடுவோர் சுழற்சி முறையில் வேலை பார்ப்பதும் உண்டு.

1988ம் ஆண்டு முதல்முதலில் இயக்குநர் கே. பாலசந்தரைச் சந்திப்பதற்காக அனுமதி கேட்டுக் கடிதம் எழுதி, பார்க்கப் போயிருந்தேன். அப்போது அவரது மனதில் உறுதி வேண்டும் வெளியாகி பெரிய வெற்றி கண்டிருந்தது. அந்தப் படத்தில் அறிமுகமாகியிருந்த விவேக் அடிக்கடி அவரது கற்பகாம்பாள் நகர் அலுவலகத்துக்கு வருவார். அந்த அலுவலகத்தின் வாசலில் வாய்ப்புக் கேட்டுக் காத்திருக்கும் இளைஞர்கள் அனைவருக்கும் விவேக் ஒரு நம்பிக்கை நட்சத்திரம். நாளை நாமும் இந்தப் பையனைப் போல் ஒரு வாய்ப்புக் கிடைத்து சினிமாவுக்குள் நுழைந்துவிடுவோம் என்று நம்பிக்கையுடன் பேசிக்கொள்வார்கள். இயக்குநர் வெளியே வந்தால் ஓடிச் சென்று முன்னால் நின்று வணக்கம் சொல்வார்கள். சில சமயம் அவர் பதில் வணக்கம் சொல்வார். சில சமயம் வேறு ஏதோ யோசனையில் உள்ளவரைப் போல கவனிக்காமல் போய்விடுவார். அபூர்வமாக ஒரு சில சமயம் நின்று அவர்களுடன் பேசவும் செய்வார். யார் யார் என்னென்ன வாய்ப்புக் கேட்டு வந்திருக்கிறார்கள் என்று விசாரிப்பார். பெரும்பாலும் உதவி இயக்குநராகும் கனவுடன் வந்திருப்பவர்களே அதிகம் பேர் இருப்பார்கள்.

'ரெண்டு பேருக்கு மேல வெச்சிக்கறதில்லைய்யா. இப்படி மொத்தமா இருவது பேர் வந்து கேட்டிங்கன்னா நான் என்ன பண்ணுவேன்?' என்று செல்லமாக அலுத்துக்கொள்வார். அப்போது வஸந்த் அங்கே மூத்த உதவி இயக்குநராக இருந்தார் என்று நினைக்கிறேன். சரண் இருந்தார். அசோக் என்று ஒருவர் இருந்தார். பாலசந்தருடன் எப்போதும் இருக்கும் அனந்து அப்போதும் இருந்தார். கவிதாலயாவுக்குள் வேலை பார்ப்பவர்கள் ஒருவரை ஒருவர் எப்படி அறிவார்களோ, அதே அளவு இந்த

வாய்ப்புக் கேட்டு வரும் இளைஞர்களையும் அவர்கள் நன்கு அறிவார்கள். தனித்தனியாகவும் மொத்தமாகவும் இயக்குநரையும் அவரது குழுவினரையும் அணுகி வாய்ப்புக் கேட்டு விண்ணப்பித்துக்கொண்டு, அவர்கள் அங்கிருந்து நேரே காமதேனு திரையரங்கத்துக்கு எதிரே இருந்த சூப்பர் குட் அலுவலகத்துக்குச் செல்வார்கள். விவேக் சித்ராவும் அங்கேதான் இருந்தது. இந்த இரு இடங்களில் ஏதாவது வாய்ப்புள்ளதா என்று விசாரித்துக்கொண்டு கிளம்பினால் அடுத்த நிறுத்தம், வீனஸ் காலனி மணி ரத்னம் அலுவலகம். அங்கே அரை மணி நேரம் செலவிட்டுவிட்டு, அங்கிருந்து ஜெமினிக்குச் சென்று பார்சன் காம்ப்ளக்ஸில் பாரதி ராஜா அலுவலகம்.

பாலசந்தர் பத்து மணிக்கு அலுவலகம் வருவார். பாரதி ராஜா பன்னிரண்டு மணி சுமாருக்குத்தான் வருவார். அந்த நேரத்தைக் கணக்கிட்டுக்கொண்டு அவர்கள் திட்டத்தை வகுத்துக் கொள்வார்கள். இயக்குநர்கள் அலுவலகம் வந்து இறங்கும்போது முதல் நபராக ஓடிச் சென்று எதிரே நின்று மலர்ந்த முகத்துடன் வணக்கம் சொல்வதை ஒரு கடமையாக நினைப்பார்கள்.

எழுதத் தொடங்கிய ஆரம்ப நாள்களில் எனக்கு சினிமா ஆசை கட்டுக்கடங்காமல் இருந்தது. புராதனமான மேற்சொன்ன வாய்ப்புத் தேடும் முறையில் அவ்வளவாக நம்பிக்கை இல்லை. சேர்ந்தால் பாலசந்தரிடம் மட்டுமே சேரவேண்டும் என்று நினைத்தேன். அதனால் தொடர்ந்து அவருக்குக் கடிதம் எழுதிச் சித்திரவதை செய்துகொண்டிருந்தேன். அது பொறுக்கமாட்டாமல்தான் ஒருநாள் என்னை அவர் நேரில் வரச் சொன்னார். இப்போதைக்கு வாய்ப்பில்லை என்பதை நேரில் அழைத்துச் சொல்லும் நாகரிகம் மிக்கவராக அவர் இருந்தார்.

‘இதே மாதிரி இன்னொரு நாள் என்னை நீங்களே வரச் சொல்லுவிங்க சார். அன்னிக்கு வந்து சேந்துடுன்னு சொல்லுவிங்க. நடக்குதா இல்லியா பாருங்க’ என்று உணர்ச்சிமயமாகச் சொல்லிவிட்டு வந்தது நினைவிருக்கிறது. (பின்னாளில் அவர் ‘கல்கி’ படம் தொடங்கியபோது அது நடந்தது. ஆனால் நன்றியுடன் மறுத்துவிட்டேன்.)

பாலசந்தரிடம் சேர வாய்ப்பில்லை என்று தெரிந்த பிறகுதான் அந்த வாய்ப்புத் தேடி அலையும் குழுவை வேடிக்கை பார்ப்பவனாக

அவர்களோடு செல்ல ஆரம்பித்தேன். அப்போது அறிமுகமான நண்பர்களுள் ஒருவர் இன்றும் தொடர்பில் இருக்கிறார். அவர் பெயர் தீனதயாளன். சினிமா தொடர்பாக நிறையப் புத்தகங்கள் எழுதியவர். கர்ச்சிப்பில் பவுடர் போட்டு மடித்து எடுத்து வருவார். இயக்குநர் வரும் நேரம் முகம் துடைத்து, பவுடர் போட்டுக்கொண்டு புத்துணர்ச்சியுடன் எதிரே சென்று நிற்பார். எனக்குத் தெரிந்து அந்நாளில் சினிமாவுக்கு உள்ளே இருந்தவர்களைக் காட்டிலும் அதிகமாக சினிமாவை அறிந்தவர் அவர். ஒரு வாய்ப்புக் கிடைத்திருந்தால் பெரிய உயரங்களுக்குச் சென்றிருப்பார். ஏனோ அப்படி அமையவில்லை.

இன்னொரு நண்பர் இருந்தார். அவர் பெயர் ரங்கசாமி. ரங்கசாமியை நான் பார்சன் காம்ப்ளக்ஸில் இருந்த பாரதி ராஜாவின் அலுவலக வாசலில் முதலில் சந்தித்தேன். கும்மிடிப்பூண்டியில் வசதியான விவசாயக் குடும்பத்தைச் சேர்ந்தவர். சினிமா ஆசையில் சென்னைக்கு வந்து எழும்பூர் ரயில் நிலையம் அருகே ஒரு சிறிய அறையில் ஆறு நண்பர்களுடன் தங்கி இருந்து வாய்ப்புத் தேடிக்கொண்டிருந்தார். நானாவது கதை எழுதலாம் என்று வெறுமனே எண்ணியிருந்தேன். ரங்கசாமி அப்போதே பத்திரிகைகளில் ஏழெட்டுக் கதைகள் எழுதிப் பிரசுரம் பார்த்திருந்தார். தவிர, சினிமாவுக்கென்றும் இரண்டு கதைகள் எழுதி வைத்திருந்தார்.

அது புது வசந்தம் திரைப்படம் வெளியாகி தமிழ்நாடு முழுவதும் பேசப்பட்ட காலம். சினிமாவில் உதவி இயக்குநராக வாய்ப்புத் தேடி அலைந்துகொண்டிருந்த ஒவ்வொருவரிடமும் நான்கு நண்பர்களின் கதை ஒன்று இருந்தது. ரங்கசாமி சொன்ன கதை நான்கு நண்பர்களுடையது அல்ல. நான்கு பெண்கள் ஒரே கதாநாயகனைக் காதலிக்கும் கதை. என்ன விசேடமென்றால் அந்த நான்கு பெண்களும் கடைசி வரை ஒருவரையொருவர் சந்தித்துக்கொள்ளவே மாட்டார்கள். கதாநாயகன் மட்டும் நான்கு பேரையும் வேறு வேறு களங்களில் எதிர்கொள்வான். நால்வரில் அவன் யாருடைய காதலை ஏற்பான் என்ற வினாவுடன் நகரும் திரைக்கதை, இறுதியில் யாருமே எதிர்பார்க்க முடியாத ஒரு திடுக்கிடும் திருப்பத்துடன் முடிவுறும்.

இந்தக் கதையை எப்படியாவது பாரதி ராஜாவிடம் சொல்லிவிட வேண்டும் என்பது அவரது விருப்பம். இயக்குநர் அலுவலகத்துக்கு

வரும்போதும் கிளம்பும்போதும் ஓடிச் சென்று எதிரே நின்று வணக்கம் சொல்லி, ரங்கசாமி தனக்கொரு வாய்ப்புத் தரும்படிக் கேட்பார். பல நாள் இது நடந்தது. ஒருநாள் பாரதி ராஜா, 'சரி ஒண்ணு பண்ணு. உள்ள ஜேப்பி இருக்கான். அவன்கிட்ட கதைய சொல்லு. நான் கேட்டுக்கறேன்' என்று சொல்லிவிட்டுப் போய்விட்டார்.

அன்று ரங்கசாமிக்கு வீரத் திலகம் வைக்காத குறையாக வாழ்த்துச் சொல்லி, அனுப்பி வைத்துவிட்டு வீட்டுக்குப் போனேன். மறுநாள் சந்தித்தபோது என்ன ஆயிற்று என்று கேட்டேன். 'சொல்லிட்டேன்' என்று சொன்னார். ஆனால் இயக்குநர் தரப்பில் இருந்து எந்த பதிலும் வரவில்லை. பிறகும் ஓரிரு முறை ரங்கசாமி உள்ளே சென்று கதை சொன்னார். அந்த அலுவலகத்தில் ஜேப்பி, லிவிங்ஸ்டன், ரகு என்று பலரிடம் அவர் கதை சொல்லியிருக்கிறார். ஒவ்வொரு முறையும் அவர் முதலில் சொன்ன கதையையேதான் சொன்னார் என்பதுதான் இதில் முக்கியமானது. இது ஏற்கெனவே சொன்ன கதை ஆயிற்றே என்றுகூட அவர்கள் கேட்கவில்லை என்று சொல்லி வருத்தப்படுவார்.

‘அப்புறம் எதுக்குப் போய் சொல்றிங்க?’

‘நான்கதை சொல்றப்ப ஒரே ஒரு வரி டைரக்டர் காதுல விழுந்துட்டா போதும். என்னை அவர் விடவே மாட்டாரு’ என்று சொல்வார்.

96ம் ஆண்டு வரை ரங்கசாமியுடன் எனக்குத் தொடர்பு இருந்தது. கல்கியில் அவருடைய சில சிறுகதைகளை வெளியிட்டிருக்கிறேன். பத்திரிகைகளுக்கு எழுதிக்கொண்டு மறுபுறம் சினிமாவிலும் விடாமல் முயற்சி செய்து பார்த்துவிட்டு, ஏதோ ஒரு கட்டத்தில் சலித்துப் போனார். கும்மிடிப்பூண்டிக்கே திரும்பிப் போய்விட்டார்.

88லிருந்து 92ம் ஆண்டு வரை இதுபோல சுமார் முப்பது ரங்கசாமிகளைச் சந்தித்திருப்பேன். சினிமாவுக்காக எதையும் இழக்கலாம் என்று பஞ்சம் பசியுடன் முட்டி மோதிக் கொண்டிருந்தவர்கள். தொலைக்காட்சித் தொடர்கள் வர ஆரம்பித்த பின்பு இவர்களில் பலருக்கு அங்கே வாய்ப்புக் கிடைத்துப் போனார்கள். என்ன ஆனாலும் சினிமாதான் என்று இருந்தவர்களுள் ஒரு சிலர் மட்டுமே சினிமாவுக்குள் நுழைந்தார்கள். மற்றவர்கள் என்ன ஆனார்கள் என்றே தெரியாது.

–

மோதிரக் கரங்கள்

மௌபரீஸ் ரோடு என்று சென்னையில் ஒரு சாலை இருந்ததைக் குறித்து கண்ணதாசனின் வனவாசத்தில்தான் முதலில் அறிந்தேன். ஒரே அத்தியாயத்தில் இரண்டு மூன்று இடங்களில் கண்ணதாசன் அந்தச் சாலையைப் பற்றி அதில் எழுதியிருப்பார். முதல் முதலில் சென்னைக்கு வந்து இறங்கியதும் மௌபரீஸ் ரோடில் இருந்த சக்தி காரியாலயத்துக்குச் சென்றது பற்றியும் அங்கே தனது பழைய நண்பர் வலம்புரி சோமனாதனைச் சந்தித்தது பற்றியும் ஓரிடத்தில். ஒரு ரிக்ஷாக்காரன் அவரை மௌபரீஸ் ரோடில் ஏற்றிக்கொண்டு விலைமாது ஒருத்தியின் வீட்டுக்கு அழைத்துச் சென்றது குறித்து இன்னோர் இடத்தில். மௌண்ட் ரோடில் இருந்த பசட்டோ ஓட்டலில் மது அருந்திவிட்டு நண்பர்களுடன் மௌபரீஸ் ரோடுக்கு ஆளுக்கொரு ரிக்ஷாவில் வந்தது குறித்து வேறொரு இடத்தில். ('நான்கு ரிக்ஷாக்கள் பாதையிலே, அதில் நான்கு பேர் போதையிலே.')

ஒரு பழக்கம் இருந்தது. எந்தப் புத்தகத்திலாவது எந்த இடத்தைக் குறித்தாவது யாராவது எழுதி, அது கவர்ந்துவிட்டால் உடனே அங்கு போய்வரத் தோன்றும். மோகமுள் படித்தபோது கும்பகோணத்துக்குப் போய்த் திரிந்திருக்கிறேன். மவே

சிவகுமாரின் வேடந்தாங்கல் வாசித்துவிட்டு நெய்வேலிக்குச் சென்று நாளெல்லாம் அலைந்துவிட்டு, பெரும் பசியுடன் வடலூருக்குச் சென்று சத்திய ஞான சபையில் தரும சாப்பாடு சாப்பிட்டேன். புளிய மரத்தின் கதையின்போது நாகர்கோயில். கல்லுக்குள் ஈரம் வாசித்து முடித்ததும் திருநெல்வேலி சிந்துபூந்துறை. 18-19 வயதில் இப்படிச் சுற்றிய ஊர்கள் பல. பின்னர் சில காலம் கழித்து ஒரே ஒருமுறை ஒரு நாவலால் தூண்டப்பட்டு ஓரிடத்தைத் தேடிச் சென்றது விஷ்ணுபுரத்தின்போது நிகழ்ந்தது. திருவட்டாறு.

வனவாசத்தை முதல் முதலில் படித்தபோது என் வயது பதினாறு. அப்போது எனக்கு டிடிகே சாலைதான் அவர் சொல்லும் மௌபரீஸ் சாலை என்று தெரியாது. என் தந்தையிடம் கேட்டுத் தெரிந்துகொண்டு, அன்றே டிடிகே சாலைக்கு ஒரு சுற்றுலா செல்லும் ஆர்வத்துடன் கிளம்பினேன். போட் கிளப் சாலை தொடங்கும் இடத்தில் இருந்து ம்யூசிக் அகடமி வரை நிதானமாக வேடிக்கை பார்த்தபடி நடந்தேன். சென்னையின் மரங்கள் அடர்ந்த மிகச் சில சாலைகளுள் அது ஒன்று. இன்றும் அதன் மிச்சம் சிலவற்றைப் பார்க்க முடியும். 1986ம் வருடம் இன்னும் நிறையவே மரங்கள் இருந்தன. அப்படியானால் கண்ணதாசன், சக்தி காரியாலயத்தில் வந்திறங்கிய நாளில் அந்தச் சாலை எப்படி இருக்கும் என்று எண்ணிப் பார்த்தேன்.

1960 - 65 வரையிலுமே மௌபரீஸ் சாலையில் ஏராளமான ஆலமரங்கள் இருந்திருக்கின்றன. செயிண்ட் ஜார்ஜ் கோட்டையின் முதல் அக்கவுண்டண்டாக நியமிக்கப்பட்ட ஆங்கிலேய அதிகாரி ஜார்ஜ் மௌபரே என்பவர் இந்தச் சாலையில் 105 ஏக்கர் பரப்பளவில் ஒரு தோட்ட பங்களா கட்டி வசித்திருக்கிறார். அதுதான் பின்னாளில் அடையாறு கிளப் ஆனது. பதினெட்டாம் நூற்றாண்டில் மௌபரே பங்களா கட்டிய நாளில் இருந்து இருபதாம் நூற்றாண்டின் முதல் நாற்பது வருடங்கள் வரை இந்தச் சாலையில் மரங்களைத் தவிர வேறொன்றும் கிடையாது. மிகவும் சொற்பமான கட்டடங்களே இருந்திருக்கின்றன. பிறகு படிப்படியாக மரங்கள் குறைந்து கட்டடங்கள் அதிகரிக்கத் தொடங்கின. கண்ணதாசன் சென்னைக்கு வந்த காலத்தில் சைக்கிள் ரிக்ஷாக்கள் போகத் தொடங்கியிருந்தன. நான் மௌபரீஸ் சாலையைத் தேடிக்கொண்டு சென்றபோது

இரு சக்கர வாகனங்களும் ஆட்டோக்களும் பேருந்துகளும் ஆக்கிரமித்திருந்தன.

இப்போதுகூடத் தோன்றும். அத்தனைக் குறுகலான சாலையில் எதற்கு அவ்வளவு போக்குவரத்து? இன்றைக்கு டிடிகே சாலையில் ஒரு மேம்பாலம் இருக்கிறது. ஆனாலும் பாலத்தின்மீது போக்குவரத்து அவ்வளவாக இருக்காது. கீழேதான் நெரிசல் அம்மும். கம்பெனிகள், கடைகள், உணவகங்கள், கண்காட்சி அரங்குகள், கச்சேரி நடக்கும் சபாக்கள் இவ்வளவுக்கும் இடையே வீடுகளும் உண்டு. நகரின் பணக்காரர்கள் மட்டுமே வசிக்கும் அந்தச் சாலை ஒரு காலக்கட்டத்தில் தீவிரமான இலக்கிய நாட்டம் கொண்டவர்களின் சரணாலயமாகவும் விளங்கியது. கணையாழி அங்கிருந்துதான் அப்போது வந்துகொண்டிருந்தது.

1989ம் ஆண்டு என்று நினைக்கிறேன். ஓரிரு வருடங்களாகத் தேடிக்கொண்டிருந்த கணையாழி பத்திரிகையை முதல் முதலாக கிண்டி ரயில்வே ஸ்டேஷன் புத்தகக் கடையில் பார்த்தேன். மிகுந்த மகிழ்ச்சியுடன் வாங்கி அங்கேயே அமர்ந்து வரி விடாமல் படித்து முடித்தேன். நான் படித்த அந்த முதல் இதழில் ஃபிர்தௌஸ் ராஜகுமாரன் என்பவர் ஒரு சிறுகதை எழுதியிருந்தார். அந்தக் கதை எனக்கு மிகவும் பிடித்துப் போனது. நாம் எப்போது கணையாழியில் எழுதுவோம் என்று அந்தக் கணம் முதல் ஏங்கத் தொடங்கினேன். ஓராண்டு முயற்சிக்குப் பிறகு அது நடந்தது. என் கதை ஒன்றைப் பிரசுரத்துக்குத் தேர்ந்தெடுத்திருப்பதாகக் கடிதம் எழுதியிருந்த கஸ்தூரி ரங்கன் அவர்கள், நேரில் அலுவலகத்துக்கு வரும்படி அதில் குறிப்பிட்டிருந்தார்.

கண்ணதாசன் எத்தகைய உணர்வுடன் அந்தச் சாலைக்கு முதல் முதலில் வந்திருப்பார் என்று அன்று என்னால் உணர முடிந்தது. எதிர்காலம் குறித்த மிகப்பெரிய நம்பிக்கையும் கனவும் லட்சிய வெறியும் முட்டி மோத, கணையாழி அலுவலகத்தில் ஆசிரியரைச் சந்தித்தேன். அறிமுகப்படுத்திக்கொண்டதும், 'பத்தொம்பது வயசுன்னு சொல்லியிருந்திங்க. கதைய படிச்சதும் அது உண்மையாத்தான் இருக்குமான்னு நேர்ல கூப்ட்டுப் பாத்துடலாம்னு தோணித்து. அதான் வரச் சொன்னேன்' என்று சொன்னார். அது இன்னும் மகிழ்ச்சியளித்தது. 'தொடர்ந்து எழுதுங்க' என்று சொன்னார்.

அன்று முதல் ஒவ்வொரு மாதமும் அவரைப் பார்க்கவும் இலக்கியச் சிந்தனைக் கூட்டத்தில் கலந்துகொள்ளவும் டிடிகே சாலைக்குப் போகத் தொடங்கினேன். கஸ்தூரி ரங்கன் வீட்டுக்குப் பக்கத்து வீடுதான் சீனிவாச காந்தி நிலையம். மாதம் ஒரு கூட்டம். ஒவ்வொரு மாதமும் பத்திரிகைகளில் வெளியான கதைகளில் சிறந்த சிலவற்றைக் குறித்துப் பேசி, இறுதியில் ஒரு கதையை அம்மாதத்தின் சிறந்த கதையாகத் தேர்வு செய்வார்கள். இது நடந்ததும் யாராவது ஒருவர் ஏதேனும் ஒரு பொருளில் சிறிது நேரம் பேசுவார். நிகழ்ச்சி முடிவில் கேள்வி பதிலுக்கு நேரம் இருக்கும். அப்படிப்பட்ட இலக்கியக் கூட்டங்கள் இன்று வழக்கொழிந்துவிட்டன. அன்று அக்கூட்டங்களுக்கு கஸ்தூரி ரங்கன், இந்திரா பார்த்தசாரதி இருவரும் தவறாமல் வருவார்கள். அசோகமித்திரன் வருவார். கவிஞர் வைத்தீஸ்வரன் வருவார். திருப்பூர் கிருஷ்ணன் வருவார். சென்னையில் இருந்தால் வெங்கட் சாமிநாதன் கண்டிப்பாக வருவார். மொழிபெயர்ப்பாளர் சௌரி வருவார். அறிமுகப்படுத்திக்கொண்டு பேச ஆரம்பித்தால் அவ்வளவு அன்பாகப் பழகுவார்கள். எழுத்துக்குப் புதியவர்களை ஊக்குவிப்பதை ஒரு கடமையாகச் செய்த தலைமுறை அது. ஒருமுறை எம்.வி. வெங்கட்ராம் வந்திருந்தார். கஸ்தூரி ரங்கன் என்னை அவருக்கு அறிமுகப்படுத்த, கணையாழியில் வெளியான என் சிறுகதையை அவர் நினைவுகூர்ந்து பேசவும், எனக்குத் தலை சுற்றிக் கிறுகிறுத்துவிட்டது.

அப்போதெல்லாம் இலக்கியச் சிந்தனைத் தேர்வில் இடம் பெறுவதற்காகவே ஒவ்வொரு மாதமும் ஏழெட்டுக் கதைகள் எழுதுவேன். எந்த மாதத்திலாவது ஒரு கதை பிரசுரமாகியிருந்தால் அம்மாதக் கூட்டத்துக்கு மாலை ஐந்து மணிக்கே போய் உட்கார்ந்துவிடுவேன். என் கதையைப் பற்றி இன்று சொல்வார்களா, சிறந்த கதையாக அது தேர்வாகுமா என்று தவித்துக்கொண்டிருப்பேன். மாதத்தின் சிறந்த கதையாகத் தேர்வானால் அது ஆண்டுத் தொகுப்பில் இடம் பெறும். அந்தத் தொகுப்பின் சிறந்த ஒரு கதைக்கு விழா வைத்துப் பரிசளிப்பார்கள். தொண்ணூறுகளின் எழுத்துத் தலைமுறை அந்தப் பரவச அனுபவத்தை எண்ணிக் கனவு காணாமல் இருந்திருக்கவே முடியாது.

பொத்தி வைத்த பூந்தோட்டம் என்ற கதை முதல் முதலில் அப்படி எனக்கு இலக்கியச் சிந்தனையில் தேர்வானது. அலிடாலியா ராஜாமணி அந்தக் கதையை அப்போது தேர்வு செய்திருந்தார். பின்னாளில் எவ்வளவோ தேர்வுகள், எத்தனையோ பரிசுகள். ஆனால் அன்று அந்தச் சிறுகதைக்குப் பெற்ற ஐம்பது ரூபாய்ப் பரிசுக்கு நிகரே சொல்ல முடியாது.

டிடிகே சாலை என்றால் எனக்கு கஸ்தூரி ரங்கன், இந்திரா பார்த்தசாரதி, இலக்கியச் சிந்தனை. அவ்வளவுதான். இபா ஒரு சமயம் அமெரிக்காவில் இருந்து திரும்பியிருந்த விவரம் கேள்விப்பட்டு அவரைப் பார்த்துவிட்டு வர நானும் ஆர். வெங்கடேஷும் கிளம்பினோம். அன்றைக்குச் சென்னையில் பெரிய மழை. டிடிகே சாலையில் கணுக்காலுக்கு மேல் நீர் ததும்பி ஓடிக்கொண்டிருந்தது. தொப்பலாக நனைந்தபடி நாங்கள் இபா குடியிருந்த அபார்ட்மெண்ட்டின் வாசலுக்குச் சென்று அழைப்பு மணியை அழுத்தினோம். அது மதிய நேரம். உறங்கிக்கொண்டிருந்தவர், உறக்கம் கலைந்து எழுந்து வந்து கதவைத் திறந்தது மிகவும் சங்கடமாகிவிட்டது. தொந்தரவுக்கு மன்னிப்புக் கேட்டபோது இபா சொன்னார், 'இதுக்கு எதுக்கு மன்னிப்பு? இப்படி யாராவது எதிர்பாக்காத நேரத்துல வந்து தொந்தரவு பண்ணணும்னுதானே அமெரிக்காலேருந்து கெளம்பி வந்தேன்?'

எல்லா இடங்களும் மனிதர்களால் ஆனவை. மகத்தான மனிதர்களால் சில இடங்கள் நினைவில் நிரந்தரமாகிவிடுகின்றன.

–

மெஸ் கலாசாரம்

சென்னை போன்ற பெரிய நகரங்களில் விலைவாசி உயர்வை உணவகங்களைக் கொண்டு கண்டறிய இயலாது. விலைவாசி அவ்வளவாக உயராத காலங்களிலும் சிறிய அளவிலாவது விலை வித்தியாசங்களைக் காட்டிக்கொண்டே இருப்பார்கள். எனவே விலைவாசி உயர்வின்போது உணவுப் பொருள்களின் விலையேற்றம் அவ்வளவாக அதிர்ச்சி தராது என்பது இதன் பின்னணியில் உள்ள உளவியல். காய்கறிகளின் விலை - குறிப்பாக வெங்காய விலை உயரும்போது நாளிதழ்களில் அது செய்தியாக வரும். அப்போது ஓட்டலுக்குச் சாப்பிடச் செல்லும் ஒருவர் எப்போதும் ஆகிற செலவில் இரண்டு ரூபாய் கூடுதலாக ஆகியிருந்தால் அதைப் பொருட்படுத்த மாட்டார். ஏனெனில் வெங்காய விலை உயர்வைக் குறித்து அவர் அன்று காலை தினசரியில் படித்திருப்பார். ஆனால் உண்மையில் என்ன நடக்கும் என்றால்,அவர்எதிர்பார்த்துச்சென்றதுபோலவிலைஏறியிருக்காது. முதல் வாரம் அவர் சாப்பிட்டபோது என்ன விலை இருந்ததோ, அதுவேதான் இருக்கும். இது ஒரு வாடிக்கையாளருக்கு மிகுந்த நிம்மதியையும் மகிழ்ச்சியையும் தரும். ஆனால் அந்த இரண்டு ரூபாய் விலையேற்றம் என்பது ஓரிரு மாதங்களுக்கு முன்னதாகவே திட்டமிடப்பட்டு, படிப்படியாக செயல்படுத்தப்பட்டிருக்கும்

என்பது அவருக்குத் தெரியாது. மேலும் ஒரு மாதம் கழித்து, விலை சிறிது குறையத் தொடங்கும்போது உணவுப் பொருள்களின் விலை சிறிது ஏறும். என்றோ ஏறியிருக்கவேண்டிய விலை இப்போதுதான் ஏறுகிறது என்று வாடிக்கையாளர் சமாதானம் கொள்வார். அது அடுத்த விலையேற்ற நடவடிக்கைக்கு முன்னோட்டம் என்பது அவருக்குத் தெரியாது. பெரு நகரங்களில் செலவு கட்டுக்கடங்காமல் போவதன் பின்னணியை இங்கிருந்துதான் ஆராயத் தொடங்கவேண்டும்.

எனக்கு நினைவு தெரிந்து சரவண பவனில் ஐந்து ரூபாய்க்குக் காப்பி சாப்பிட்டிருக்கிறேன். இன்று அங்கே ஒரு காப்பியின் விலை நாற்பது ரூபாய். இரண்டு இட்லி முப்பத்தேழு ரூபாய். தோசையின் விலை ஐம்பது ரூபாய். மதியச் சாப்பாடு 115 ரூபாய்.

சரவண பவனை ஓர் எளிய புரிதலுக்காகச் சொன்னேன். ஒவ்வொரு உணவகமும் அதனதன் அந்தஸ்துக்கு ஏற்ப இப்படித்தான் விலைகளைத் தீர்மானிக்கின்றன. வசதி உள்ளவர்கள், விலை குறித்த பெரிய விமரிசனம் இல்லாதவர்கள் சாப்பிட்டுவிட்டுப் போய்விடுவார்கள். ஆனால் எண்ணிச் செலவு செய்ய வேண்டிய கட்டாயத்தில் உள்ளவர்களால் அது இயலாது. அவர்களுக்கெல்லாம் இப்படிப்பட்ட உயர்விலை அச்சுறுத்தல்கள் இல்லாத மெஸ்கள்தாம் புகலிடம்.

எனக்கு ஓட்டல்களில் சாப்பிடுவதைவிட மெஸ்களில் சாப்பிடுவது பிடிக்கும். விலை மட்டுமல்ல காரணம். சென்னையில் பல பெரிய உணவகங்களைவிட மெஸ்களில் உணவின் தரம் நன்றாக இருக்கும். இந்த இடத்தில் உடனடியாக ஒன்றைச் சொல்லிவிடத் தோன்றுகிறது. தரம் நன்றாக இருக்கும் வரைதான் மெஸ்கள் உயிருடன் இருக்கும். தரம் போய்விட்டால் மெஸ்கள் நீடிக்காது. (தரம் போன பின்பும் சரவண பவன் இன்னும் செயல்பட்டுக்கொண்டிருப்பதைக் காணலாம்.)

தி நகர் நடேசன் பூங்காவின் பின்புறம் கவிஞர் கண்ணதாசன் வீட்டு வாசலில் அவரது மகள் ஒரு மெஸ் நடத்துவார். கல்கியில் பணியாற்றிக்கொண்டிருந்த காலத்தில் அநேகமாக வாரம் இரண்டு மூன்று முறையாவது அங்கே போய்ச் சாப்பிடுவேன். மாலைச் சிற்றுண்டி அவ்வளவு நன்றாக இருக்கும். இஷ்டத்துக்கு என்னென்னவோ சாப்பிட்டுவிட்டு இறுதியில் கணக்குப்

போட்டுப் பணம் கொடுக்கும்போது இருபது ரூபாய்க்கு மேல் போகாது. சாப்பிட்ட பண்டங்களின் ருசி அப்போது இன்னும் அதிகரித்தாற்போலத் தோன்றும்.

கண்ணதாசன் மெஸ்ஸின் அதே ருசியைக் கோடம்பாக்கம் குரு மெஸ்ஸில் சில வருடங்களுக்கு முன்னர் கண்டேன். (சில வருடங்களுக்கு முன்புதான். இப்போது சகிக்க முடியாத தரத்துக்குப் போய்விட்டார்கள். மூடும் நாளை எதிர்பார்த்துக் கொண்டிருக்கிறேன். கோடம்பாக்கத்தில் மட்டும் இதுவரை ஏழு மெஸ்கள் மூடப்பட்ட சரித்திரம் அறிவேன்.) அலுவலகத்தில் தங்கிவிடுகிற நாள்களில் காலைச் சிற்றுண்டியைப் பெரும்பாலும் குருவில்தான் சாப்பிடுவேன். இரண்டு இட்லி, ஒரு வடை, ஒரு கல் தோசை அல்லது பூரி கிழங்கு அல்லது பொங்கல் சாப்பிட்டுவிட்டு முப்பது ரூபாய் கொடுத்திருக்கிறேன். ஒரே ஒரு சாம்பார், சட்னிதான் இருக்கும். எல்லாவற்றுக்கும் அதுதான். ஆனாலும் ருசி பிரமாதமாக இருக்கும். வெகு காலம் கழித்து குருவில் வடை கறி அறிமுகப்படுத்தினார்கள். தொட்டுக்கொள்ள வடைகறி வேண்டுமென்றால் தனியே பதினைந்து ரூபாய். சிறிய பிளாஸ்டிக் கப்பில் கொண்டு வந்து வைப்பார்கள். அநேகமாக குருவின் பொற்காலம் அப்போதுதான் முடிவடைய ஆரம்பித்தது என்று நினைக்கிறேன்.

எல்டாம்ஸ் சாலை கிழக்கு அலுவலகத்தில் பணியாற்றிக் கொண்டிருந்த போது கோடைக் காலங்களில் அலுவலக நேரத்தை மாற்றிவிடுவோம். காலை 6 மணி முதல் மதியம் 2 மணி வரை. வெயிலுக்கு முன்னால் யோசிப்பது, எழுதுவது, எடிட் செய்வது போன்ற பணிகள் சிறப்பாக நடக்கும். பதினொரு மணிக்கு மேல் என்னதான் குளிர் சாதன அறை என்றாலும் மனம் வேலையில் நிற்காது.

அந்த நாள்களில் மைலாப்பூர் ஜன்னல் மெஸ், பாரதி மெஸ், ராயர் மெஸ் என்று நாளொரு மெஸ்ஸில் இருந்து காலைச் சிற்றுண்டி வாங்கி வருவோம். சமயத்தில் அந்தச் சிற்றுண்டி அனுபவத்தை மேலும் சிறப்பிக்க, சைதாப்பேட்டை மாரி ஓட்டலில் இருந்து வடைகறி மட்டும் தருவிப்போம். கிழக்கு நண்பர்கள் வேலையில் செலுத்திய அதே தீவிரத்தை இம்மாதிரி சங்கதிகளிலும் காட்டுவார்கள்.

இந்த மெஸ்களுக்கென்று நிரந்தர வாடிக்கையாளர்களும் ரசிகர்களும் காலம்தோறும் இருப்பார்கள். மெஸ் முதலாளிகளிடம் பேச்சுக் கொடுத்துப் பார்த்தால் எல்லோருமே ஒரே போல, இது ஒரு வியாபாரமே என்றாலும் சேவையும் சேர்ந்தது என்று சொல்வார்கள். பெரிய உணவகங்களுடன் ஒப்பிட்டு அவர்களுடைய விலை விகிதங்கள் குறைவாக இருப்பதை அறிந்து நாமும் ஒப்புக்கொள்வோம். உண்மையில் விலையோ ருசியோ மட்டுமல்ல. மெஸ் நடத்துபவர்கள் தமது வாடிக்கையாளர்களிடம் காட்டுகிற அன்னியோன்னியமும் நட்புணர்வுமே மக்களைத் திரும்பத் திரும்ப அங்கே செல்ல வைக்கின்றன.

மேன்ஷன்களிலும் அறைகளிலும் தங்கி வேலை பார்க்கும், வேலை தேடும் இளைஞர்கள் யாரை வேண்டுமானாலும் கேட்டுப் பார்க்கலாம். சென்னையின் ஆகச் சிறந்த உணவகம் எதுவென்றால், உடனே ஏதாவது ஒரு ஆந்திரா மெஸ்ஸைச் சொல்வார்கள். சென்னைக்கு 'அன்லிமிடெட் உணவு' என்னும் கலாசாரத்தை முதல் முதலில் அறிமுகப்படுத்தியவர்கள் இவர்கள்தாம். எவ்வளவு பணம் செலவழிக்கிறோம் என்பதல்ல; உண்பதில், முழு நிறைவு கிடைக்கிறதா என்பதுதான் உணவுத் தொழிலின் வெற்றி சூட்சுமம்.

என் நண்பர் ஒருவர் பல வருடங்களாகக் கோடம்பாக்கத்தில் ஒரு பேச்சிலர் அறையில் தங்கியிருக்கிறார். சினிமாவில் அவர் ஓர் இணை இயக்குநர். தனக்கான தனி வாய்ப்புக்காகப் போராடிக்கொண்டிருப்பவர். கையில் காசு இருந்தாலும் சரி. இல்லாது போனாலும் சரி. ஒரு குறிப்பிட்ட தள்ளுவண்டி மெஸ்ஸில்தான் அவர் உணவு உட்கொள்வது வழக்கம். அங்கே இட்லி ஒரு ரூபாய். தோசை மூன்று ரூபாய். மதிய உணவு ஒரு பிளேட் பத்து ரூபாய். பொருளாதாரக் காரணங்களால்தான் அவர் அங்கே சாப்பிடுகிறார் என்றாலும் ருசி முக்கியமல்லவா? இதைக் கேட்டால் அவர் எப்போதும் சொல்லும் பதில் ஒன்றுதான். 'அவ்வளவா நல்லா இருக்காதுதான். ஆனா ஒரு நாள் போகலன்னாலும் மறுநாள் நேத்து ஏன் வரல, உடம்பு கிடம்பு சரியில்லியா, டாக்டர பாத்தியா, கஷாயம் வெச்சித் தரவான்னு அந்தம்மா அக்கறையா கேக்கும். சிட்டிக்கு வந்து பதினாலு வருசமாச்சு. எனக்குன்னு ஒருத்தங்க இருக்காங்கன்னு நினைக்க வெச்சிடுறாங்கல்ல? அவ்ளதான்' என்பார்.

திருவல்லிக்கேணி மெஸ்கள், மைலாப்பூர் மெஸ்கள், மாம்பலம் மெஸ்கள், நங்கைநல்லூர் மெஸ்கள், வடபழனி, கோடம்பாக்கம், சாலிகிராமம், விருகம்பாக்கம் பகுதி மெஸ்கள் ஒவ்வொன்றையும் நுணுக்கமாகக் கவனித்தால், ஒவ்வொரு மெஸ்ஸிலும் ஏதாவது ஒரு பலகாரம் அவர்கள் பெயர் சொல்லும் தரத்தில் இருக்கும். ஒன்றுதான்! அந்த ஒன்றில் செலுத்தும் கவனமே அவர்களை நீடித்திருக்கச் செய்கிறது.

முன்பெல்லாம் தமிழகத்தின் பல ஊர்களில் படிக்கவோ வேலை பார்க்கவோ செல்லும் திருமணமாகாத இளைஞர்கள் யாராவது ஒருவர் வீட்டில் தங்கிக்கொண்டு, மாதம் இவ்வளவு என்று சாப்பாட்டுக்குத் தனியே பேசிக்கொண்டு வாழ்ந்ததன் தொடர்ச்சியாகத்தான் மெஸ்கள் உருவாகியிருக்க வேண்டும். பிறகு பாரம்பரிய உணவகங்கள். அதன்பின் நவ நாகரிக ஓட்டல்கள். இன்று ஸொமாட்டோ, ஊபர் ஈட்ஸ் போன்ற டோர் டெலிவரி நிறுவனங்கள் மூலமாக மட்டும் உணவு வழங்கும் விரிச்சுவல் மெஸ்கள் ஏராளமாக உருவாகிவிட்டன. இங்கெல்லாம் போய் உட்கார்ந்து சாப்பிட முடியாது. அதற்கெல்லாம் இடம் இருக்காது. வீடுகளில் தயார் செய்து, ஆன்லைன் ஆர்டர்களின் பேரில் தாயுள்ளத்தை சிந்தாமல் பேக் செய்து அனுப்பிவைக்கிறார்கள்.

கோடம்பாக்கத்தில் என் அலுவலகம் இருக்கும் வீதியில் மட்டும் இத்தகைய ஆன்லைன் உணவகங்கள் மூன்று உள்ளன. அந்த வீதியில் வசிக்கும் யாரும் அங்கே சாப்பிட்டிருக்க வாய்ப்பே இல்லை. ஆனால் எங்கெங்கிருந்தோ இரு சக்கர வாகனதாரிகள் வந்து பார்சல் வாங்கிப் போய்க்கொண்டே இருப்பார்கள். பக்கத்து வீட்டுக்காரரர் ருசி பார்க்க விரும்பினாலும் செயலி மூலம்தான் ஆணையிட வேண்டும்.

காலம் கனகச்சிதமாகத் தன்னை மாற்றிக்கொண்டே இருக்கிறது.

–

ராமகிருஷ்ண மடம் : சில நினைவுகள்

மனக்கொந்தளிப்பு அதிகம் இருக்க வேண்டும். அல்லது, சிறிது சிறிதாக நிறைய தவறுகள் செய்திருக்க வேண்டும். இவை இரண்டும் இல்லாவிட்டால் எதிலிருந்தாவது தப்பிப்பதற்கு மனம் தொடர்ந்து குறுக்கு வழிகளைத் தேடிக்கொண்டிருக்க வேண்டும். ஞானத்தேடல் என்ற ஒன்று இல்லாத பட்சத்தில் ஒரு தனி மனிதன் சன்னியாசத்தை விரும்புவதற்கு இந்த மூன்று காரணங்கள்தாம் இருக்க முடியும் என்பது என் அபிப்பிராயம். ஒரு காலக்கட்டத்தில் என்னிடம் இந்த மூன்று பிரச்னைகளுமே இருந்தன. நான் சரியில்லை என்ற குற்ற உணர்வே என்னைச் சரி செய்யும் காரணியாகப் பின்னணியில் வேலை பார்த்துக்கொண்டிருப்பதை அறியாமல், என்னைச் சரி செய்ய யாராவது கிடைப்பார்களா என்று நிறைய அலைந்திருக்கிறேன். பல சித்தர்கள், சன்னியாசிகள், மடாதிபதிகளுடன் பழகிய, சுற்றித் திரிந்த காலங்களில் பெற்ற அனுபவங்களில் சிலவற்றை யதியில் எழுதினேன். என்னை அறியாமல்கூட அதில் எழுதிவிடக் கூடாது என்று கவனமாக இருந்தது மயிலாப்பூர் ராமகிருஷ்ண மடத்துடன் எனக்கு இருந்த தொடர்பினைப் பற்றி.

மயிலாப்பூர் ராமகிருஷ்ண மடம் ஒரு விதத்தில் எனக்கு என் தந்தையைப் போன்றது. இது சிறிது உணர்ச்சிவசப்பட்டுச்

சொல்வது போலத் தோன்றலாம். ஆனால் அப்படியல்ல. எதையுமே நேரடியாக போதிக்காமல், மௌனமாக உணரச் செய்து இந்த உலகில் எதையும் சமாளித்து வாழக் கற்றுக் கொடுத்தவர் என் தந்தை. மடமும் எனக்கு அதையே செய்தது.

விவேகானந்தர் 1893ம் ஆண்டு சென்னைக்கு வந்தார். சென்னையில் ராமகிருஷ்ண இயக்கத்தைப் பரவச் செய்ய முடிவு செய்துகொண்டு போனதும், சுவாமி ராமகிருஷ்ணானந்தர் என்பவரை அனுப்பி வைத்தார். அவரும் ராமகிருஷ்ணரின் நேரடிச் சீடர்களுள் ஒருவர். முதலில் திருவல்லிக்கேணியில் ஒரு வீட்டில் இருந்து ராமகிருஷ்ண இயக்கம் செயல்பட ஆரம்பித்தது. பிறகு ஐஸ் ஹவுஸில் சில காலம் இயங்கியது. அதன்பின் கொண்டைய செட்டியார் என்பவர் மைலாப்பூரில் இருந்த தனது நிலத்தை அளிக்க, தற்போதுள்ள ராமகிருஷ்ண மடம் அங்கே உருவாகத் தொடங்கியது.

1986 முதல் நான் மடத்துக்குப் போய்க்கொண்டிருந்த நாள்களில் சுவாமி தபஸ்யானந்தா அங்கே தலைவராக இருந்தார். அவர் சுவாமி சிவானந்தரின் சீடர். இந்தியத் தத்துவங்களிலும் மேலைத் தத்துவங்களிலும் பெரும் பண்டிதர். ராமகிருஷ்ணானந்தரைக் குறித்த அவரது நூல், ஒரு வாழ்க்கை வரலாறு எப்படி எழுதப்பட வேண்டும் என்பதற்கு உதாரணம். இதெல்லாம் பின்னாளில் நான் படித்தும் பழகியும் அறிந்தவை. முதல் முதலில் அவரைச் சந்தித்த உடனேயே, 'நான் துறவியாக முடிவு செய்திருக்கிறேன். என்னை மடத்தில் சேர்த்துக்கொண்டு தீட்சை கொடுங்கள்' என்று கேட்டேன். அவர் சிரிக்கவோ, கோபப்படவோ இல்லை. 'அப்படியா? மிக்க மகிழ்ச்சி. ராமகிருஷ்ணரின் அமுத மொழிகள் புத்தகத்தை மட்டும் முழுதாக ஒருமுறை படித்துவிட்டு வந்துவிடு' என்று சொன்னார்.

நான் அந்தப் புத்தகத்தைப் படித்துவிட்டுச் சென்றபோது பேசிய அரை மணி நேரத்தில் பெரும்பாலும் அந்தப் புத்தகத்தைக் குறித்துத்தான் பேசினேன். எப்போது தீட்சை தருவீர்கள் என்று கேட்கவில்லை. அவரேதான் அந்தப் பேச்சை எடுத்தார். 'என்றைக்காவது இறைவனைக் காண நினைத்து மனமுருகி அழுதிருக்கிறாயா?'

யோசித்துப் பார்த்தேன். இல்லை என்று உறுதியாகத் தோன்றியது.

‘பெரிதாகத் துன்பம் வராத எப்போதாவது இறைவனை நினைவுகூர்ந்து நன்றி சொல்லியிருக்கிறாயா?’

இதற்கும் இல்லை என்றுதான் பதில் சொன்னேன்.

‘பரவாயில்லை. இன்னொரு கேள்விக்கு பதில் சொல். உன் கையில் எவ்வளவு பணம் இருக்கிறது?’

நான் என் சட்டைப் பையில் இருந்த பணத்தை எடுத்து அவர் எதிரே எண்ணினேன். ஆறு ரூபாய் இருந்த நினைவு.

‘நீ இப்போது இங்கிருந்து வீட்டுக்குப் போக எவ்வளவு செலவாகும்?’

‘இரண்டு ரூபாய் ஐம்பது காசுகள் போதும்’ என்று சொன்னேன்.

‘மடத்துக்கு எதிர்ப்புறம் ஒரு பிச்சைக்காரன் இருப்பான். அவனிடம் இந்த ஆறு ரூபாய்களையும் கொண்டு போய்க் கொடுத்துவிட்டு வீட்டுக்கு உன்னால் நடந்து போக முடியுமா?’

சிறிது யோசித்தேன். அவரிடம் பொய்யாக எதையும் சொல்லக் கூடாது என்று தோன்றியது. எனவே, 'அநேகமாகச் செய்ய மாட்டேன்' என்று சொன்னேன்.

இப்போது அவர் புன்னகை செய்தார். நான் உண்மையைச் சொன்னதற்காக என்னைப் பாராட்டினார். எதற்காகத் துறவு கொள்ள விரும்புகிறேன் என்று கேட்டார். அப்போது என்ன பதில் சொன்னேன் என்று சரியாக நினைவில்லை. ஆனால் உண்மையிலேயே பரமஹம்சரின் வாழ்வையும் போதனைகளையும் படித்துவிட்டு மனத்துக்குள் பக்தனாகியிருந்தேன். ஒரு துறவி வாழ்க்கைக்கு இறைவன் என்னைத் தேர்ந்தெடுத்திருப்பதால்தான் என்னால் படிப்பில் கவனம் செலுத்த முடியவில்லை என்று நினைத்தேன். இதைத்தான் அவரிடம் வேறு விதமாகச் சொல்லியிருக்க வேண்டும்.

‘என்ன படிக்கிறாய்?’ என்று கேட்டார். சொன்னேன்.

‘போதவே போதாது. டிப்ளமோ முடித்துவிட்டு நீ அண்ணா யூனிவர்சிடியில் சேர்ந்து பி.ஈ படிக்க வேண்டும். எம்.ஈ என்று இன்னொரு மேற்படிப்பு இருக்கிறது. பிறகு அதைப் படிக்க வேண்டும். முடித்துவிட்டு என்னை வந்து பார்’ என்று சொன்னார்.

துறவி ஆவதற்கு எம்.ஈ எதற்கு என்று கேட்டேன். 'இங்கே உள்ள துறவிகள் ஒவ்வொருவரும் என்னென்ன படித்திருக்கிறார்கள் என்று விசாரித்துப் பார்' என்று சொன்னார். அங்கே மருத்துவர் இருந்தார். பொறியியல் வல்லுனர் இருந்தர். கணக்காளர் இருந்தார். தத்துவ இயலில் முனைவர் பட்டம் பெற்றவர் இருந்தார். இன்னும் என்னென்னவோ பெரிய படிப்புகள் படித்தவர்கள் எளிய காவி உடை அணிந்து வெறுங்காலுடன் நடமாடிக்கொண்டிருந்தார்கள்.

அவர் அன்று சொன்னதுதான். 'அடையாத எதையும் துறப்பது எப்படி?'

மடத்தில் இருந்த நூலகத்துக்கு அப்போது யதாத்மானந்தர் என்பவர் பொறுப்பாளராக இருந்தார். சுவாமிஜி என்னை அவருக்கு அறிமுகப்படுத்தி, 'பார்த்துக்கொள்ளுங்கள்' என்று மட்டும் சொன்னார். நான் படிக்கவும் பயிலவும் தொடங்கியது அங்கேதான். அநேகமாக தினமும் அப்போதெல்லாம் மாலை வேளைகளில் மடத்துக்குச் சென்றுவிடுவேன். ராமகிருஷ்ணருக்கு ஒரு கும்பிடு போட்டுவிட்டு நேரே நூலகத்துக்குச் சென்று எதையாவது எடுத்து வைத்துக்கொண்டு படிக்கத் தொடங்குவேன். சில சமயம் அங்குள்ள புத்தகங்களை தூசு தட்டி அடுக்கி வைப்பேன். சற்றேறக்குறைய என் வயதை ஒத்த சிலர் அப்போது மயிலாப்பூர் மடத்தில் பிரம்மச்சாரிகளாக, பயிற்சி நிலைத் துறவிகளாக இருந்தார்கள். அவர்களெல்லாம் எதை அடைந்து பின் துறந்தார்கள் என்று எனக்குத் தெரியவில்லை. என்ன பிரச்னை என்றால் தபஸ்யானந்தரிடம் அதிகப்பிரசங்கித்தனமாகக் கேள்வி கேட்கத் தோன்றவே தோன்றாது. அவரது ஆளுமை அத்தகையது. ஏதோ காரணத்தால் இவர் நம்மை ஏற்க மறுக்கிறார்; ஏற்கும்படி ஒரு நாள் அவருக்கு இறைக் கட்டளை வரும் என்று நினைத்துக்கொள்வேன்.

அன்றைக்குச் சென்னை நகரில் பல மீனவர் குப்பங்களில், இதர ஹவுசிங் போர்ட் குடியிருப்புப் பகுதிகளில் மயிலாப்பூர் ராமகிருஷ்ண மடத்தைச் சேர்ந்த துறவிகள் சிறுவர்களுக்கு மாலை நேரங்களில் பாடம் சொல்லிக் கொடுப்பார்கள். கோயில் சீரமைப்புப்பணிகள்,அன்னதானப்பணிகள்,ஆதரவற்றோருக்கான பல நலத்திட்டப் பணிகள், மருத்துவ முகாம்கள் அமைதியாக நடந்துகொண்டிருக்கும். சென்னை நகரில் அந்தளவு அடித்தட்டு மக்களுடன் நெருங்கிப் பழகிய இன்னொரு ஆன்மிக இயக்கம் கிடையாது.

1991 வரையிலுமே எனக்கு ராமகிருஷ்ண மடத்தில் சேர்ந்து சன்னியாசியாகிவிட வேண்டும் என்ற விருப்பம் இருந்தது. இத்தனைக்கும் அப்போது மடத்தில் இருந்த அத்தனைப் பேரையும் எனக்கு நன்றாகத் தெரியும். ஆனால் கடைசி வரை அது மட்டும் நடக்கவில்லை.

'நீ உன் பாடங்களைத் தவிர மற்ற எல்லாவற்றையும் படிக்கிறாய். அநேகமாகக் கதை எழுதும் எழுத்தாளனாகப் போவாய். அல்லது மேடைப் பேச்சாளன் ஆகிவிடுவாய்' என்று சுவாமிஜி ஒரு சமயம் சொன்னார்.

முதலாவது நடந்தது.

–

மண்ணின் மைந்தர்கள்

நகரம் என்பது மண் அல்ல. நகரம் என்பது மனிதர்களும் அல்ல. நகரம் என்பது நினைவுகள். நகரம் அல்லாத பிராந்தியங்களில் வசிப்பவர்களுக்கு மண்ணும் மனிதர்களும் முக்கியமாகத் தெரிவார்கள். நகரவாசிகளுக்கு நினைவுகள் மட்டுமே நெடுந்துணை. ஏனெனில் இங்கே வந்து போகிறவர்கள் மிகுதி. நிலைத்திருப்போர் ஒப்பீட்டளவில் குறைவானவர்கள். மண்ணின் மக்கள் என்போர் அதனினும் குறைவு. ஒரு விதத்தில் நானும் வந்தேறி வம்சம்தான். என் தாத்தாக்கள் சென்னைக்குக் குடி வந்ததால் இங்கு பிறந்து வளர்ந்தேனே தவிர, பல தலைமுறைகளாக இங்கேயே உள்ள குடும்பத்தில் இருந்து வந்தவனல்ல. இன்னும் சரியாகச் சொல்வதென்றால் சென்னையில் உள்ள மீனவர் சமூகத்தினரையும் ஆதி திராவிடர் சமூகத்தினரையும் தவிர வேறு யாரையும் இம்மண்ணின் மக்கள் என்று சொல்லிவிட முடியாது. காலம்தோறும் நகர வாழ்க்கை விடுக்கும் சவால்களை அவர்கள் அளவுக்கு நம்மால் எதிர்கொண்டு வெல்லவும் முடியாது. சுனாமி வந்போது, பெருமழைக் காலங்களின்போது, குடிசைகள் பற்றி எரிந்தபோது, வாழ்வாதாரம் கேள்விக்குறியாகும்போதெல்லாம் நகர்ப்புறவாசிகள் யாரை விடவும் அவர்களே துரிதமாக மீண்டு வெளியே வருவார்கள். பல முறை இதனை நேரில் கண்டிருக்கிறேன்.

இருபது வருடங்களுக்கு முன்பு குமுதம் ஜங்ஷனில் ஒரு சிறுகதை எழுதினேன். தோல்வியுற்ற ஒருவன் தற்கொலை செய்துகொள்வதன் பொருட்டு, மெரினா கடற்கரைக்குச் சென்று கரப்பான்பூச்சி மருந்தைக் குடித்துவிட்டுப் படுப்பான். அங்கே ஒரு குறி சொல்லும் கிழவிக்கும் அவனுக்கும் இடையில் நிகழும் உரையாடலாக அது விரியும். அந்தக் கதை உண்மையில் என் நண்பர் ஒருவருக்கு நடந்த அனுபவம். நிஜத்தில் அவள் குறி சொல்பவள் அல்ல. ஒரு மீனவக் கிழவி. நண்பர் அன்று அதிர்ஷ்டவசமாக இறக்கவில்லை. இன்றுவரை அந்தக் கிழவியைக் 'கடலம்மை' என்று சொல்லி மானசீகமாக வழிபட்டுக்கொண்டிருக்கிறார். வீட்டில் உண்பதற்கு எதுவுமே இல்லாமல், கையில் ஒரு ரூபாய்ப் பணம்கூட இல்லாமல் ஆறு நாள்களாகத் தன்னால் வாழ்ந்துகொண்டிருக்க முடிகிறது என்று அந்தக் கிழவி சொல்லியிருக்கிறார். திருடாமல், ஏமாற்றாமல், பொய் சொல்லாமல், பிச்சை எடுக்காமல், முக்கியமாக - கௌரவத்துக்கு எந்த பங்கமும் ஏற்படாமல், ஆதரவுக்கு யாருமற்ற தன்னால் எப்படிப் பல்லாண்டுகளாக வாழ முடிந்து வந்திருக்கிறது என்று விளக்கியிருக்கிறார். 'சாவு ஒரு சாதனையே இல்ல தம்பி. வாழ்ந்து பாரு. அப்ப தெரியும்' என்று அந்தக் கிழவி சொன்னதை நண்பர் என்னிடம் சொன்னார். கதையிலும் அதை வைத்திருந்தேன். ஒரு சிறிய தோல்விக்கு மனம் உடைந்து தற்கொலை செய்துகொள்ளப் போன நண்பர் அன்று வெட்கப்பட்டுத் திரும்பி வந்தார். பிறகு முட்டி மோதி மேலேறி நல்ல வேலை, பெரிய சம்பளம், குடும்பம், குழந்தைகள் என்று மகிழ்ச்சியாக வாழத் தொடங்கிவிட்டார். யாரையும் சென்னை வாழவைக்கும் என்று பொதுவாகச் சொல்லப்படுவதற்கு இதுவெல்லாம்தான் அடிப்படை.

1988ம் ஆண்டு கல்லூரிப் படிப்பு முடிந்தவுடன் உக்கிரமாக எழுத ஆரம்பித்தேன். அவை எதுவுமே நன்றாக எழுதப்பட்டதல்ல என்று இப்போது உணர்கிறேன். ஆனால் அன்று நான் எழுதிய அனைத்தும் எனக்கு உலகத்தரமான கதைகள். அவற்றைப் பிரசுரிக்காத பத்திரிகைகள் அனைத்துமே திட்டமிட்டு என்னை வளரவிடாமல் செய்கின்றன என்று நினைத்தேன். அந்த மனநிலையை விளக்கவே முடியாது. எப்போதும் பொங்கிக்கொண்டே இருப்பேன். யாரைக் கண்டாலும் எரிச்சல் வரும். உலகம் முழுவதும் எதிரிகளும் துரோகிகளுமே நிறைந்திருப்பதாகத் தோன்றும்.

அப்போது கிண்டி ரேஸ் கோர்ஸ் சாலையில் இருந்த கல்கி அலுவலகத்துக்கு ஒரு நாள் சென்றேன். ஆசிரியரைப் பார்க்க வேண்டும் என்று கேட்டு, உதவி ஆசிரியர் பி.எஸ். மணியைப் பார்க்க வாய்ப்புக் கிடைத்தது.

'என்ன விஷயம்?' என்று அவர் கேட்டார்.

'மூணு மாசத்துல ஆறு கதை அனுப்பினேன் சார். நீங்க ஆறையும் திருப்பி அனுப்பிட்டிங்க.'

'அடுத்தது கொண்டு வந்திருக்கிங்களா?'

'பேசுவிங்க சார். நீங்க இருக்கற இடம் உங்கள அப்படி பேச வெக்குது. ஒரு நாள் இல்ல ஒரு நாள் உங்க சீட்டுக்கு நான் வந்து உக்காரலன்னா எம்பேர் ராகவன் இல்ல. என் எழுத்து என்னை இங்க கொண்டு வந்து சேர்க்கும் பாருங்க சார்.'

'நல்லா வாங்க. நானே கூப்ட்டு உக்கார வெப்பேன்' என்று சிரித்துக்கொண்டே சொன்னார்.

இது நடந்தபோது வாரம் ஒரு நாளாவது புரசைவாக்கத்தில் இருந்த குமுதம் அலுவலகத்துக்கும் போய்க்கொண்டிருந்தேன். கல்கியிலாவது உள்ளே சென்று உதவி ஆசிரியரிடம் பேச முடிந்தது. குமுதத்தில் காம்பவுண்டு சுவரைத் தாண்டி உள்ளே போக முடியாது. எத்தனை விதமாக கெஞ்சிப் பார்த்தாலும் அங்குள்ள வாட்ச்மேன் உள்ளே போக அனுமதிக்க மாட்டார். 'வர சொல்லியிருக்காங்க சார்' என்று சொல்லிப் பார்த்தாலும், 'யாருன்னு சொல்லுப்பா. போன் பண்ணி கேக்கறேன்' என்பார்.

இப்போது உள்ள அளவுக்குப் புரசைவாக்கம் நெடுஞ்சாலையில் அன்று அவ்வளவு கட்டடங்கள் கிடையாது. குமுதம் அலுவலகத்துக்கு எதிரே காலி நிலம் ஒன்று இருந்தது. ஒரு விளக்குக் கம்பம் இருக்கும். அதன்பின்னால் குவியலாகக் குப்பை கொட்டியிருப்பார்கள். நாய்கள் படுத்திருக்கும். நான் அந்தக் கம்பத்தில் சாய்ந்துகொண்டு குமுதம் அலுவலகத்தைப் பார்த்தபடி சிறிது நேரம் நிற்பேன். பிறகு திரும்பிவிடுவேன். அடுத்த வாரம் மீண்டும் செல்வேன். இது பல மாதங்கள் நடந்தது. இறுதிவரை அந்தக் காவலாளி என்னை உள்ளே விடவில்லை. ஒருநாள் அப்படிக்கம்பத்தின்அருகே நின்றபடி சுய இரக்கத்துக்கு ஆட்பட்டு

வாய்விட்டுச் சொன்னேன். 'ஒருநாள் இல்ல ஒருநாள் இதே குமுதம் என்னைக் கூப்பிடும். கூப்பிட வைப்பேன்.'

இரண்டுமே நடந்தது.

சொல்ல நினைத்தது இதுதான். உள்ளூர்க்காரனா, வெளியூர்க்காரனா என்ற பாகுபாடே இல்லை. சரியாக முட்டி மோதுபவனை இந்நகரம் வாழவைக்காதிருந்ததில்லை.

இதை எழுதலாம் என்ற எண்ணம் வந்தபோது உண்மையில் எதையுமே எழுத முடியுமா என்று தெரியாத சூழ்நிலையில்தான் இருந்தேன். மார்ச் 17, 2020 அன்று விரைவில் ஊரடங்கு அறிவிக்கப்பட்டுவிடும்; கொரோனா நோய்த் தொற்றில் இருந்து தப்பிக்க வேறு வழியே இல்லை என்று எல்லோரும் சொன்னார்கள். படப்பிடிப்புகள் நிறுத்தப்பட்டுவிடும் என்று தெரிந்தது. அதிகபட்சம் இரண்டு நாள்களில் எவ்வளவு முடியுமோ அவ்வளவு எடுத்து வைத்துக்கொள்ளுங்கள் என்று அனைத்துத் தொலைக்காட்சித் தொடர் தயாரிப்பாளர்களுக்கும் சொல்லப்பட்டது. மூன்று நாள் இரவு பகலாக எழுதி, முடிந்தவரை எடுத்து முடித்த காட்சிகள் மார்ச் மாத இறுதி வரை ஒளிபரப்பானது. அதற்கு முன்னதாகவே ஊரடங்கு அறிவிக்கப்பட்டுவிட்டது. ஏப்ரல் முதல் தேதியில் இருந்து வேலை என்று எதுவுமில்லாத சூழ்நிலை உண்டானது. மொத்த நாளையும் படிப்பதிலும் எழுதுவதிலும் கழிக்கலாம் என்ற எண்ணம் ஒரு புறம் மகிழ்ச்சியளித்தது. ஆனால் அது அவ்வளவு எளிதாக இல்லை. எதைச் செய்ய நினைத்தாலும் உடனே கிருமியைக் குறித்த எண்ணம் மேலோங்கி வந்தது. செய்திகளிலும் சமூக ஊடகங்களிலும் கிருமி மட்டுமே பேசுபொருளாக இருந்தது. இதற்கு முந்தைய கிருமி எதுவும் தராத அச்சத்தை இந்தக் கிருமி அளித்திருப்பது நியாயமானதுதானா அல்லது இது ஊடகங்களால் ஊதிப் பெருக்கப்பட்டதா என்று புரியவில்லை. எதுவானாலும், கிருமி செயல்பட விடாமல் அடித்தது என்பதை மறுக்க முடியாது.

வலுக்கட்டாயமாக அந்த நினைவில் இருந்து என்னை வெளியே இழுத்துப் போட ஏதாவது ஒரு கட்டுப்பாடு வேண்டியிருந்தது. கிருமியின் கோரப்பிடியில் நகரம் சிக்கிக்கொண்டு தவிக்கும் சூழல் தரும் பதற்றத்தை எதிர்கொள்ள, இதே நகரம் எனக்களித்த

அர்த்தமுள்ள அனுபவங்களை மட்டும் விரித்துப் பார்ப்பதென்று முடிவு செய்தேன். எழுத ஆரம்பித்தபோது பதற்றம் வெகுவாகக் குறைந்து போனது.

எத்தனையோ கடினமான காலங்களைக் கடந்து வந்திருக்கிறோம். இதுவும் கடந்துதான் போகப்போகிறது. ஆனால் இந்தக் காலக்கட்டம் அளித்த அச்சமும் பதற்றமும் எளிதில் மறக்கக்கூடியதல்ல. இந்நாள்களின் ஒவ்வொரு கணத்தையும் ஒரு கடைசி வரித் திருப்பம் போல எப்படி இந்த இயற்கை வடிவமைத்திருக்கும் என்று வியந்து கொண்டே இருந்தேன்.

ஒரு சம்பவம். ஊரடங்கு அறிவிக்கப்பட்ட நாள் தொடங்கி சரியாக இரண்டு மாதங்களுக்கு நான் எங்குமே செல்லவில்லை. வாரம் ஒருநாள் கறிகாய் வாங்குவதற்காகக் கடை வீதிக்கு மட்டும் செல்வேன். அதிகபட்சம் அரை மணி நேரம். வாங்கி வந்ததும் தலையோடு கால் குளித்துவிட்டால் கிருமியும் பாவமும் அழிந்துவிடும் என்று நம்பிக்கை. நான்காவது ஊரடங்குத் தளர்வு அறிவிக்கப்பட்ட மறுநாள் கோடம்பாக்கத்தில் உள்ள என் அலுவலகத்துக்குச் சென்றேன். ஒரு பகல் பொழுது மட்டும் அங்கே இருந்துவிட்டு மாலை வீடு வந்து சேர்ந்தேன். அடுத்த நாள் செய்தி வந்தது. அந்த அபார்ட்மெண்டில் எனக்கு அடுத்த வீட்டில் வசிப்பவருக்கு நோய்த் தொற்று கண்டறியப்பட்டிருக்கிறது. இதற்கு நான் அதிர்ச்சி அடைய வேண்டுமா? சிரிக்க வேண்டுமா?

இந்த உலகில் மிகச் சிலருக்கு மட்டுமே உள்ள ஒரு சௌகரியம் எனக்குண்டு. எழுதுபவன் எழுதிக்கொண்டிருக்கும்போது அவனுக்குத் துயரம் என்ற ஒன்று கிடையாது. இதை நிறைவு செய்யும் இந்தக் கணத்தில் அதை மீண்டும் உணர்கிறேன். முப்பது நாள்களும் நான் துயரமற்றிருந்தேன்.

–

www.ingramcontent.com/pod-product-compliance
Ingram Content Group UK Ltd.
Pitfield, Milton Keynes, MK11 3LW, UK
UKHW042018190726
13854UKWH00005B/2339

9 788194 973508